*Tao Te Ching,* a Tamil translation of the English version of
*Tao Te Ching* by Ch'u Ta-Kao

The publishers have made all reasonable efforts to locate the copyright holder of the English version. Any useful information about them will enable the publishers to make suitable acknowledgment.

Tamil translation: **Si. Manee**

© the Tamil translation: **Cre-A: 2002**

© cover photograph: **Ian Lockwood**

The calligraphy on the jacket and title page:
**Bronson So Ming-cheung,**
Hong Kong University of Science and Technology, Hong Kong

First Edition: January 2002
Second Edition: September 2009
Reprint: May 2016, July 2022

### *Published by:*

Cre-A:
New No. 2 Old No. 25
17th East Street
Kamarajar Nagar
Thiruvanmiyur
Chennai - 600 041.
Phone: 72999 05950

Email: crea@crea.in

Website: www.crea.in

### *Printed at:*

Sudarsan Graphics Pvt. Ltd., Chennai - 600 041.

ISBN: 978-81-85602-96-7

Price: Rs. 175

அபிநவம் ஞானிக்கு

### *நன்றி*

மொழிபெயர்ப்புத் திருத்தப் பணியில் முக்கியக் கட்டத்தில்
தகுந்த ஆலோசனைகளைத் தந்து உதவிய
தங்க. ஜெயராமன்;
முகப்புப் புகைப்படத்துக்கு அனுமதி தந்த
இயான் லாக்வுட்
முகப்பிலும் தலைப்புப் பக்கத்திலும் காணப்படும்
எழுத்துருவை
உருவாக்கித் தந்த, ஹாங்காங் அறிவியல்
தொழில்நுட்பப்
பல்கலைக்கழகத்தைச் சேர்ந்த
பிரான்சன் சோ மிங்-ச்சூயூங்.

*அதிகாரங்கள்*
*7 – 106*
*குறிப்புகள்*
*107*
*கலைச்சொற்கள்*
*113*
*பின்னுரை*
*121*
*மொழிபெயர்ப்புக்கு உதவிய நூல்கள்*
*126*

# 1

எடுத்துச் சொல்லக்கூடிய தாவோ
நிரந்தர தாவோ இல்லை.
விளக்கப்படக்கூடிய பெயர்
மாறாத பெயர் இல்லை.

இருத்தலின்மை என்பது
வானக, வையகத்தின்
தோற்றுவாய் எனப்படுகிறது.
இருத்தல் என்பது
அனைத்தின் அன்னை எனப்படுகிறது.
எனவே, நிரந்தர இருத்தலின்மையிலிருந்து
இந்தப் பிரபஞ்சத்தின்
புதிரான தொடக்கத்தைச்
சலனமின்றி நாம் பார்க்கிறோம்.
எனவே, நிரந்தர இருத்தலிலிருந்து
இந்தப் பிரபஞ்சத்தின்
புறத் தோற்ற வேறுபாடுகளைத்
தெளிவாக நாம் பார்க்கிறோம்.

இருத்தலின்மையும் இருத்தலும்
ஆதியில் ஒரே மாதிரி;
ஆனால், வெளிப்படும்போது
வேறு வேறு.
இந்த ஒற்றுமை
நுண்மையின் நுண்மை எனப்படுகிறது.
பிரபஞ்சப் பகுதிகளின் தொடக்கம்
வெளிவருகிற வாயில்
இந்த எல்லையற்ற
நுண்மையின் நுண்மையாகும்.

## 2

அழகாயிருப்பது அழகு என்று
எல்லோரும் புரிந்துகொண்டால்
விகாரம் தோன்றுகிறது.
நன்மையை நன்மை என்று
எல்லோரும் புரிந்துகொண்டால்
தீமை தோன்றுகிறது.

எனவே, இருத்தல்
இருத்தலின்மையைச் சுட்டிக்காட்டுகிறது.
எளிமை
கடினத்தைத் தோற்றுவிக்கிறது.
நீட்டத்திலிருந்து
குறுக்கத்தைப் பெறுகிறோம்,
அளவை வைத்து;
உயரத்திலிருந்து
பள்ளத்தை வேறுபடுத்துகிறோம்,
இடத்தை வைத்து;
ஒலியதிர்வு,
ஒலியை இசைவுபடுத்துகிறது;
இவ்வாறு, பின்னது
முன்னதைத் தொடர்கிறது.

எனவே, ஞானி
தன் பணியைத் தொடர்கிறான்
செயல்படாமையை மேற்கொண்டு;
எனவே, அவன் தன் போதனைகளைப்
போதிக்கிறான், சொற்கள் இல்லாமல்.

3

சான்றோரைப் பெருமைப்படுத்தாமல் இருப்பது
போட்டியிடுவதிலிருந்து மக்களைத் தடுக்கிறது.
அபூர்வமான பொருள்களை
மதிக்காமல் இருப்பது
திருடுவதிலிருந்து அவர்களைத் தடுக்கிறது.
விரும்பத் தக்க விஷயத்தை
வெளிக்காட்டாமல் இருப்பது
மனம் குழம்புவதிலிருந்து
அவர்களைத் தடுக்கிறது.

எனவே, ஞானி மக்களை ஆள்கிறான்,
அவர்களின் மனங்களைக் காலியாக்கியும்
அவர்களின் வயிறுகளை நிரப்பியும்;
அவர்களின் லட்சியங்களை நலிய வைத்தும்
அவர்களின் எலும்புகளை வலுவாக்கியும்;
எனவே, ஞானி
மக்களை எப்போதும் தடுக்கிறான்,
கெட்டது எதுவென்று
தெரிந்துகொள்ளாமல் இருக்கவும்
நல்லது எதுவென்று
ஆசைப்படாமல் இருக்கவும்.
இவ்வாறு, தந்திரசாலிகள் செயல்பட
ஞானி வாய்ப்பு எதுவும் தருவதில்லை.
எனவே, ஞானி
செயல்படாமையினால் ஆள்கிறான்.
ஆகவே, ஆளப்படாததென்று
உலகில் எதுவுமில்லை.

## 4

காலியாக இருக்கிறதென்பதால்
தாவோ பயன்படுத்தப்படும்போது
அது நிரப்பப்படுகிற சாத்தியமில்லை.
தன் நுண்மையின் நுண்மையில்
அது அனைத்தின் மூலாதாரமாகத் தோன்றுகிறது.
அதன் ஆழத்தைப் பார்க்கும்போது
அது எப்போதும் இருப்பதாகவே தோன்றுகிறது.

எனவே, தாவோ
யார் குழந்தை என்று எனக்குத் தெரியாது;
ஆனால், அது
இயற்கையின் மூதாதைபோலத் தோன்றுகிறது.

# 5

வானக, வையகத்திற்குத்
தங்கள் கருணை சொந்தமில்லை;
அவற்றுக்கு
அனைத்தும் வைக்கோல் நாய்தான்.
ஞானிக்கும்
தன் கருணை சொந்தமில்லை;
அவனுக்கு
மக்கள் அனைவரும் வைக்கோல் நாய்தான்.

வானக, வையகத்திற்கு இடைப்பட்ட வெளி
கொல்லன் துருத்தி மாதிரி இருக்கிறது.
காலியாகத் தோன்றினாலும் அந்த வெளியில்
இல்லாதது ஒன்றும் இல்லை.
இயக்கப்பட்டால் அது
இன்னும்கூட நிறைய உருவாக்கும்.

அதிகம் பேசுகிற மனிதன்
விரைவில் அயர்ந்துபோகிறான்.
அவன்
தன்னிடம் இருப்பதைத்
தன்னிடமே வைத்துக்கொள்வது நல்லது.

# 6

"பள்ளத்தாக்கும் ஆத்மாவும்
ஒருபோதும் சாவதில்லை."

பள்ளத்தாக்காலும் ஆத்மாவாலும்
ஆத்மீக அன்னை ஆக்கப்பட்டவள்.
ஆத்மீக அன்னையின் வாயிலில் இருந்துதான்
வானக, வையகத்தின் மூலாதாரம் ஆரம்பிக்கிறது.
அந்த மூலாதாரம்
எப்போதும் இருப்பதாகத் தோன்றுகிறது.
எவ்வளவு பயன்படுத்தினாலும்
அது தீர்ந்துவிடுவதேயில்லை.

# 7

வானகம் நீடித்திருக்கிறது,
வையகம் நிலைத்திருக்கிறது.
அவை நீடித்திருப்பதும் நிலைத்திருப்பதும்
அவை தமக்காக வாழ்வதில்லை என்பதால்.
எனவே, அவை நீண்ட காலம் வாழ்கின்றன.

அதே மாதிரி,
ஞானி தன்னைப் பின்னால் இருத்திக்கொள்கிறான்;
அதனால்
அவன் முன்னால் இருக்கிறான்.
ஞானி தன் நினைப்பு இல்லாமல் இருக்கிறான்;
அதனால்,
அவன் தன்னைத் தக்கவைத்துக்கொள்கிறான்.
ஞானிக்குத்
தன் நலத்தில் அக்கறை இல்லாததால்தானே
அவன் சுய-நலம் நிலைநிறுத்தப்படுகிறது?

## 8

மிகச் சிறந்த நல்ல தன்மை, நீர் மாதிரி;
நீர் எல்லாப் பொருளுக்கும் நன்மை செய்கிறது.
என்றாலும்,
அது எதனுடனும் போட்டியிடுவது இல்லை.
தாழ்வு என்று மற்றவை நினைக்கிற இடங்களில்
அது தங்கியிருக்கிறது.
எனவே,
நீர் தாவோவிற்கு நெருக்கமாக இருக்கிறது.

வீடு என்றால்,
வசிப்பதற்கு நல்ல இடமென்று நினை;
உணர்ச்சி என்றால்,
மனத்தை ஆழப்படுத்திக்கொள்;
நட்பு என்றால்,
மனிதரோடு நல்ல உறவு வைத்துக்கொள்;
சொற்கள் என்றால்,
தன்னம்பிக்கை கொள்;
ஆள்வது என்றால்,
சரியான நியதியைக் கடைப்பிடி;
வணிகம் என்றால்,
விஷயங்களைச் சாதாரணமாக எடுத்துக்கொள்;
செயல்படுவது என்றால்,
வாய்ப்பைப் பயன்படுத்திக்கொள்.

போட்டியிடுவது இல்லை என்பதால்
தவறு எதுவும் நிகழ்வதில்லை.

# 9

விளிம்புவரை நிறைந்திருக்கும் கிண்ணத்தைப்
பிடித்துக்கொண்டே இருப்பது கடினம்;
அதை அப்படியே இருக்கவிடுவது நல்லது.

ஒரு வாளைத் தொடர்ந்து
வீசிக்கொண்டிருப்பது கடினம்; தொடர்ந்து அதைத்
தீட்டிக்கொண்டிருப்பதும் கடினம்.

பொன்னும் நீலமும்
கூடத்தை நிறைத்திருக்கும்போது
அவற்றை யாராலும் பாதுகாக்க முடியாது.

கர்வத்துடன் சேர்ந்திருக்கிற
செல்வமும் பெருமையும்
தம்மோடு அழிவைக் கொண்டுவரும்.

நற்பணிகளை முடித்துவிட்ட பிறகு
புகழடைந்துவிட்ட பிறகு
ஓய்வுபெறுவது–
அதுதான் வானகத்து தாவோ.

# 10

வழிதவறிப் போகாமல் ஆத்மா
எப்போதும் ஒருமுகப்பட்டு இருக்குமாறு
உன்னால் பார்த்துக்கொள்ள முடியுமா?

சுவாசத்தை ஒழுங்குபடுத்தி
பச்சைக் குழந்தை மாதிரி
மென்மையாகவும் நெகிழ்வாகவும்
உன்னால் ஆக முடியுமா?

எதிர்பாராதவற்றைத் தூக்கி எறிந்துவிட்டுக்
குற்றம் குறையிலிருந்து விடுபட்டு
உன்னால் இருக்க முடியுமா?

செயல்படாமையினால்
மக்களை நேசிக்கவும் நாட்டை ஆளவும்
உன்னால் முடியுமா?

இயற்கையின் வாயில்களைப்
பெண் செய்கிற மாதிரி
திறக்கவும் மூடவும்
உன்னால் முடியுமா?

அறிவின் துணையில்லாமல்
ஞானோதயம் பெறவும்
அனைத்தையும் ஊடுருவிப் பார்க்கவும்
உன்னால் முடியுமா?

# 11

ஆரக்கால் முப்பதும்
சக்கரத்தின் மையத்தில் இணைகின்றன;
ஆனால், சக்கரத்தின் பயன்
அதன் காலிப் பகுதியால் கிடைக்கிறது.

பாண்டம்பாண்டமாகக்
களிமண் வனையப்படுகிறது;
ஆனால், பாண்டத்தின் பயன்
அதன் காலிப் பகுதியால் கிடைக்கிறது.

வீட்டுச் சுவர்களில்
வாயிலுக்காகவும் ஜன்னலுக்காகவும்
வெற்றுவெளியை விடுகிறோம்;
ஆனால், வாயிலும் ஜன்னலும்
வெற்றுவெளி என்பதால் பயன்படுகின்றன.

எனவே, ஒரு பக்கம்
இருத்தலின் பலன் கிடைக்கிறது;
இன்னொரு பக்கம்
இருத்தலின்மையைப் பயன்படுத்திக்கொள்கிறோம்.

## 12

ஐந்து நிறங்கள்
மனிதனின் கண்ணைக் குருடாக்கும்.
ஐந்து ஸ்வரங்கள்
மனிதனின் காதைச் செவிடாக்கும்.
ஐந்து சுவைகள்
மனிதனின் நாக்கைக் கெடுக்கும்.
குதிரைப் பந்தயமும் வேட்டையும்
மனிதனைப் பைத்தியமாக்கும்.
அடைவதற்கு அரிய பொருள்கள்
மனிதனின் நடத்தையைச் சீர்குலைக்கும்.

எனவே, ஞானி
கண்ணுக்குத் தராமல்
வயிற்றுக்குத் தருகிறான்.
ஆகவே, அவன்
கண்ணை விலக்கி
வயிற்றைத் தெரிவுசெய்கிறான்.

## 13

"போற்றலும் தூற்றலும் பயம் மாதிரி;
பேறும் அழிவும் உடம்பு மாதிரி."

"போற்றலும் தூற்றலும் பயம் மாதிரி"
என்றால் என்ன அர்த்தம்?
போற்றல் உச்சியில் இருக்கிறது;
தூற்றல் பள்ளத்தில் இருக்கிறது.
நீ அவற்றை அடையும்போது
பயத்தில் சிக்கியது மாதிரி இருக்கிறது.
நீ அவற்றை இழக்கும்போது
பயத்தில் சிக்கியது மாதிரி இருக்கிறது.
எனவே, போற்றலும் தூற்றலும்
பயம் மாதிரி இல்லையா?

"பேறும் அழிவும் உடம்பு மாதிரி"
என்றால் என்ன அர்த்தம்?
நமக்கு உடம்பு இருப்பதால்
நமக்குப் பேறும் அழிவும் வருகின்றன.
நமக்கு உடம்பு இல்லையென்றால்
எப்படிப் பேறும் அழிவும் வரும்?

எனவே, தன் உடம்பின் பேறு மாதிரி
இந்த உலகத்தைப் பார்க்கிற மனிதன்
இந்த உலகத்தை ஆள முடியும்;
தன் உடம்பை நேசிக்கிற மாதிரி
இந்த உலகத்தை நேசிக்கிற மனிதனிடம்
இந்த உலகத்தின் பொறுப்பைத் தர முடியும்.

## 14

உற்று நோக்கினாலும்
எதைப் பார்க்க முடியவில்லையோ
அது வெறுமை எனப்படுகிறது.
செவிமடுத்தாலும்
எதைக் கேட்க முடியவில்லையோ
அது அரிது எனப்படுகிறது.
துழாவிப்பார்த்தாலும்
எது அகப்படவில்லையோ
அது நுண்மை எனப்படுகிறது.
அந்த மூன்றையும்
நுணுக்கமாக ஆராய முடியாது;
எனவே, 'ஒன்று' என்பதில்
அந்த மூன்றும் கலக்கின்றன.

வெளிப்படும்போது
அந்த 'ஒன்று'
பிரகாசமாக இருப்பதில்லை;
மறைந்திருக்கும்போது
அது இருட்டாக இருப்பதில்லை;
முடிவற்றது என்பதால்
அது வரையறுக்கப்பட முடியாதது.
இருத்தலின்மையை நோக்கி
அது திரும்பிச்செல்கிறது.

அந்த 'ஒன்று'
அருவத்தின் உருவம் எனப்படுகிறது;
இருத்தலின்மையின் படிமம் எனப்படுகிறது;
புதிர் எனப்படுகிறது.
அது எதிர்ப்படும்போது
அதன் முகத்தைப் பார்க்க முடியாது;

அதைப் பின்தொடரும்போது
அதன் முதுகைப் பார்க்க முடியாது.

கடந்தகால தாவோவை
ஒட்டி ஒழுகுவதால்
நிகழ்கால இருத்தலில்
தேர்ச்சி அடையலாம்;
கடந்தகாலத்தின் மூலாதாரத்தையும்
அறிந்துகொள்ள முடியும்.
இது
தாவோ காட்டுகிற தடயம் எனப்படுகிறது.

# 15

பழங்காலப் பரிபூரண தாவோ மனிதன்
நுட்பமானவன், கூர்மையானவன்;
புரிந்துகொள்ள முடியாத அளவு
ஆழமானவன்.
அவனைப் புரிந்துகொள்ள முடியாது என்பதால்
அவனை நான் சித்தரிக்கப்பார்க்கிறேன்:

அவன் எச்சரிக்கையாக இருக்கிறான்,
குளிர்காலத்தில் ஓடையைக் கடக்கிற ஆள் மாதிரி;
அவன் தயக்கத்துடன் இருக்கிறான்,
அண்டை அயலாருக்குப் பயப்படுகிற ஆள் மாதிரி;
அவன் அடக்கமாக இருக்கிறான்,
வீட்டுக்கு வந்திருக்கும் விருந்தாளி மாதிரி;
அவன் நெகிழ்வாக இருக்கிறான்,
உருகப்போகிற பனிக்கட்டி மாதிரி;
அவன் தன்னியல்பிலேயே இருக்கிறான்,
தச்சன் கை படாத மரம் மாதிரி;
அவன் வெறுமையுடன் இருக்கிறான்,
உள்ளீடற்ற பள்ளத்தாக்கு மாதிரி;
அவன் தெளிவற்று மங்கி இருக்கிறான்,
கலங்கிய நீர் மாதிரி.

மெதுவாய் வெளிச்சமாகும்வரை
யார் இருட்டை விளக்க முடியும்?
மெதுவாய்த் தெளியும்வரை
யார் கலங்கலைத் தெளிய வைக்க முடியும்?
மெதுவாய் அசையும்வரை
யார் தேக்கத்தை முடுக்கிவிட முடியும்?

இந்த அடிப்படைகளைப் பின்பற்றும் மனிதன்
முழுமைக்கு ஆசைப்படுவது இல்லை.
முழுமையற்றிருப்பதால் அவன்
சிதைந்துபோகும்போது
தன்னைப் புதுப்பித்துக்கொள்ள முடியும்.

## 16

முற்றான வெறுமை
என்கிற இலக்கை அடை;
பூரண அமைதி
என்கிற நிலையிலிருந்து விலகாமல் இரு.

அனைத்தும் இருத்தல் கொள்கின்றன;
பிறகு, அவையெல்லாம்
இருத்தலிலிருந்து திரும்பிச்செல்கின்றன.
செழித்துக்கொண்டிருக்கிற பொருள்களைக் கவனி;
அவை ஒவ்வொன்றும்
தம் மூலாதாரத்திற்குத் திரும்பிச்செல்கின்றன;
எங்கிருந்து வருகிறதோ
அங்கு திரும்பிச்செல்வதற்கு
அமைதி என்று பெயர்.
அது, தன் இலக்குக்குத்
திரும்பிச்செல்கிறது என்று அர்த்தம்.
தன் இலக்குக்குத் திரும்பிச்செல்வது
நிரந்தரம் எனப்படுகிறது.
நிரந்தரத்தை அறிந்தவன்
ஞானோதயம் அடைந்த மனிதன்
என்று அழைக்கப்படுகிறான்.
நிரந்தரத்தை அறியாதவன்
அவலங்களில்
குருட்டுத்தனமாய் மாட்டிக்கொள்கிறான்.

நிரந்தரத்தை அறிந்திருப்பதால்
அவன்
அனைத்தையும் அரவணைத்துக்கொள்கிறான்;
அனைத்தையும் அரவணைத்துக்கொள்வதால்
அவன்

பெருந்தன்மையாக இருக்க முடிகிறது.
பெருந்தன்மையாக இருப்பதால்
அவன்
எங்கும் வியாபித்திருக்க முடிகிறது;
எங்கும் வியாபித்திருப்பதால்
அவன்
அனைத்தையும் கடந்து உயர முடிகிறது.
அனைத்தையும் கடந்து உயர முடிவதால்
அவன்
தாவோவை அடைய முடிகிறது.

தாவோவை அடைகிற மனிதன்
நிரந்தரத்தை அடைகிறான்;
உடம்பு சிதைந்தபோதும்
ஒருபோதும் அவன் அழிவதில்லை.

# 17

மிகவும் சிறந்த ஆட்சியாளர்கள்–
மக்கள் அவர்களைக் கவனிப்பதில்லை.
சற்றுத் திறமை குறைந்த ஆட்சியாளர்கள்–
மக்கள் அவர்களுடன் நட்புகொண்டு
பாராட்டுகிறார்கள்;
இன்னும் திறமை குறைந்த ஆட்சியாளர்கள்–
மக்கள் அவர்களைப் பார்த்து அஞ்சுகிறார்கள்;
அதைவிடவும் திறமை குறைந்த ஆட்சியாளர்கள்–
மக்கள் அவர்களை நிந்திக்கிறார்கள்.

ஏனென்றால்,
எங்கே நம்பிக்கை இல்லையோ
அதை நம்பிக்கையால்
எதிர்கொள்ள முடியாது.
அப்படியானால், சொற்களுக்குக்
கொடுக்கப்பட வேண்டிய முக்கியத்துவம்
எவ்வளவு!

# 18

உன்னத தாவோவை இழக்கிறபோது
கருணையும் நியாயமும் முளைத்துவிடுகின்றன.
புத்திசாலித்தனமும் மதிநுட்பமும் எழுகிறபோது
பெரிய வேஷதாரிகள் கிளம்பிவிடுகிறார்கள்.
குடும்ப உறவுகள் இணக்கமாக இல்லாமல்
போகும்போது
அக்கறை கொண்ட பெற்றோரும்
கடமை தவறாத பிள்ளைகளும்
கிடைத்துவிடுகிறார்கள்.
நாடு குழம்பியும் சீர்குலைந்தும் இருக்கும்போது
தேச பக்தர்கள் கொண்டாடப்படுகிறார்கள்.

தாவோ இருக்கும்போது
சமநிலை இருக்கிறது;
தாவோவை இழக்கும்போது
வேறுபாடுகள் முளைக்கின்றன.

# 19

புலமையைக் கைவிடு;
அப்போது,
துக்கம் தெரியவராது.
புனிதத்தைக் கைவிடு;
புத்திசாலித்தனத்தைத் தூக்கியெறி;
அப்போது,
மக்கள் பல மடங்கு பலன் பெறுவார்கள்.
கருணையைக் கைவிடு;
நியாயத்தைத் தூக்கியெறி;
அப்போது,
பிள்ளைகளுக்குரிய கடமை உணர்வையும்
பெற்றோருக்குரிய அக்கறை மனப்பான்மையையும்
மக்கள் மீண்டும் பெறுவார்கள்.
சாமர்த்தியத்தைக் கைவிடு;
ஆதாயங்களைத் தூக்கியெறி;
அப்போது,
திருடரும் கொள்ளையரும் இருக்க மாட்டார்கள்.
இந்த நான்கும் பண்பாடு என்றால்
இவை நமக்குப் போதாது.

எனவே, மக்கள்
எதன் உதவியை நாட முடியுமோ,
அது அங்கே இருக்கட்டும்.
சாதாரணத் தோற்றத்தில் இரு;
எளிமையைப் பிடித்துக்கொள்;
சுய-நலத்தை அடக்கு;
ஆசைகளைச் சுருக்கு.

# 20

உண்டு என்பதற்கும் இல்லை என்பதற்கும்
எவ்வளவு வித்தியாசம் இருக்கிறது?
நன்மை என்பதற்கும் தீமை என்பதற்கும்
எவ்வளவு வித்தியாசம் இருக்கிறது?
எதற்கு மற்றவர்கள் பயப்படுகிறார்களோ
அதற்கு நாம் பயந்தாக வேண்டும்
அவைதான் எத்தனை எத்தனை!

பொதுவாக மக்கள் ஆனந்தமாக இருக்கிறார்கள்,
ஏதோ பெரிய விருந்தை அனுபவிப்பவர்கள் மாதிரி;
அல்லது வசந்த காலத்தில்
உல்லாசப் பயணம் போகிறவர்கள் மாதிரி;
நான் மட்டும் சலனமற்று இருக்கிறேன்,
என்ன என்று காட்டிக்கொள்ள முடியாத,
இன்னும் சிரிக்க முடியாத சிசு மாதிரி;
கதியில்லாமல், போவதற்கு வீடு இல்லாத மாதிரி.

மற்றவர் அனைவருக்கும்
தேவைக்கு மேல் இருக்கிறது.
ஆனால், எனக்கு மட்டும்
போதாமல் இருப்பதுபோல் தோன்றுகிறது.
என் மனம் முட்டாளின் மனம் போலும்,
அறியாமை நிரம்பியதாக!

சாதாரண மக்கள் புத்திசாலிகளாக இருக்கிறார்கள்;
ஆனால், நான் மட்டும்
மடையனாகத் தோன்றுகிறேன்.
சாதாரண மக்கள் விவேகமாக இருக்கிறார்கள்;
ஆனால், நான் மட்டும்
முட்டாளாகத் தோன்றுகிறேன்.

நான் அசட்டையாக இருக்கிறேன்,
ஏதோ தெளிவில்லாதவன் மாதிரி;
இழுபட்டுப் போய்க்கொண்டிருக்கிறேன்,
எதிலும் பிடிமானம் இல்லாதவன் மாதிரி.

பொதுவாக மக்கள் அனைவருக்கும்
செய்வதற்கு ஏதாவது இருக்கிறது.
ஆனால், நான் மட்டும்
நடைமுறை தெரியாமலும் நயமின்றியும்
இருப்பதுபோல் தோன்றுகிறது.
நான் மட்டும்
மற்றவர்களிடமிருந்து
வேறுபட்டு இருக்கிறேன்.
ஆனால், அன்னையிடம் ஆதாரம்
தேடுவதை நான் மதிக்கிறேன்.

## 21

காணக்கிடைக்கிற
உன்னத தே என்பது,
தாவோவைக் கடைப்பிடிப்பதுதான்.

உன்னத தாவோ
கண்ணுக்குப் புலப்படாதது,
தொட்டுணர முடியாதது.
தொட்டுணர முடியாதது,
கண்ணுக்குப் புலப்படாதது, எனினும்,
அதில் வடிவங்கள் உண்டு;
கண்ணுக்குப் புலப்படாதது,
தொட்டுணர முடியாதது, எனினும்,
அதில் உள்ளீடு உண்டு;
சூட்சுமமானது,
தெளிவற்றது, எனினும்,
அதில் சாரம் உண்டு;
அதன் சாரம் மாறாது
எப்போதும் உண்மையாக இருக்கிறது.
எனவே,
அதில் நம்பிக்கை இருக்கிறது.

தொன்றுதொட்டு இன்றுவரை
தன் பெயரற்ற பெயரை
ஒருபோதும் இழக்காத
தாவோ வழியில்
அனைத்தின் மூலாதாரமும் வந்திருக்கிறது.
அனைத்தின் மூலாதாரத்திற்கும்
இப்படித்தான் இது என்பது
எப்படித் தெரியும் எனக்கு?
தாவோவால்.

## 22

"தாழ்மையாக இரு;
அப்போது நீ முழுமையாக இருப்பாய்."
வளைந்திரு;
அப்போது நீ நேராக இருப்பாய்.
காலியாக இரு;
அப்போது நீ நிரம்பி இருப்பாய்.
தேய்ந்துபோய் இரு;
அப்போது நீ புதிதாக இருப்பாய்.

யாருக்கு எதுவுமில்லையோ
அவன் தேவையானதைப் பெறுவான்.
யாரிடம் உபரியாக இருக்கிறதோ
அவன் சங்கடத்திற்கு உள்ளாவான்.
எனவே, 'ஒன்று'-ஐ விட்டு
ஞானி விலகுவதில்லை;
அதனால்
அவன் உலகத்தின் லட்சியமாகிறான்.

ஞானி பகட்டிக்கொள்வதில்லை;
எனவே, அவன் பிரகாசிக்கிறான்.
ஞானி தன்னை அங்கீகரித்துக்கொள்வதில்லை;
எனவே, அவன் போற்றப்படுகிறான்.
ஞானி தன்னைப் பாராட்டிக்கொள்வதில்லை;
எனவே, அவன் மதிக்கப்படுகிறான்.
ஞானி பெருமைப்பட்டுக்கொள்வதில்லை;
எனவே, அவன் விஞ்சி நிற்கிறான்.
ஞானி போட்டியிடுவதில்லை;
எனவே, உலகத்தில் யாரும்
அவனுடன் போட்டியிட முடியாது.
"தாழ்மையாக இரு.

அப்போது நீ முழுமையாக இருப்பாய்"
என்பது தொன்மையான வாசகம்.
அர்த்தமற்ற வெறும் சொற்கள் என்று
இந்த வாசகத்தைக் கருத முடியுமா?
உண்மையிலேயே ஞானி
தன் வீட்டுக்குத் திரும்புவான், முழுமையாக.

## 23

அளந்து பேசுவது
இயற்கையானது.

உக்கிரமாக அடிக்கிற காற்று
காலை முழுவதும் நீடிக்க முடியாது;
பயங்கரமாக அடிக்கிற மழை
நாள் முழுவதும் நீடிக்க முடியாது;
வானகமும் வையகமும் தவிர
இவற்றை யார் உருவாக்கியிருக்கிறார்கள்?
வானகமும் வையகமும்
நிரந்தரமாக நீடிக்க முடியாதபோது
மனிதன் எப்படி நீடிக்க முடியும்?

எவனொருவன் தாவோவில் ஈடுபடுகிறானோ
அவன் தாவோ ஆகிவிடுகிறான்.
எவனொருவன் தே யில் ஈடுபடுகிறானோ
அவன் தே ஆகிவிடுகிறான்.
எவனொருவன் விடுபடுவதில் ஈடுபடுகிறானோ
அவன் விடுபடுதல் ஆகிவிடுகிறான்.

அவன் தாவோ ஆகிவிடுகிறபோது
அவனை தாவோ அன்புடன் ஏற்றுக்கொள்கிறது;
அவன் தே ஆகிவிடுகிறபோது
அவனை தே அன்புடன் ஏற்றுக்கொள்கிறது;
அவன் விடுபடுதல் ஆகிவிடுகிறபோது
அவனை விடுபடுதல் அன்புடன் ஏற்றுக்கொள்கிறது.

## 24

கால்விரல் நுனியில் நிற்கிற மனிதன்
உறுதியாக நிற்க முடியாது;
காலை அகல வைத்திருக்கிற மனிதன்
நடந்துபோக முடியாது;
தன்னைப் பகட்டிக்கொள்கிற மனிதன்
பிரகாசிக்க முடியாது;
தன்னை அங்கீகரித்துக்கொள்கிற மனிதன்
புகழ்பெற முடியாது;
தன்னைப் பாராட்டிக்கொள்கிற மனிதன்
மதிப்பைப் பெற முடியாது;
தனக்குள் பெருமைப்பட்டுக்கொள்கிற மனிதன்
விஞ்சி நிற்க முடியாது.

தாவோவுடன் ஒப்பிடப்படும்போது
இந்த விஷயங்கள் இவ்வாறு குறிக்கப்படுகின்றன:
"சாப்பாட்டில் அதீதம்;
செயல்பாட்டில் அதீத முயற்சி."
மற்ற விஷயங்களிலும்கூட
இவை பெரும்பாலும் நிராகரிக்கப்படுகின்றன.
எனவே, தாவோ மனிதன்
இந்த விஷயங்களோடு உறவுகொள்வதில்லை.

## 25

உள்ளார்ந்த, இயற்கையான
விஷயம் ஒன்று உண்டு; அது
வானக, வையகத்துக்கு முன்பாக இருந்தது.
சலனம் அற்றதாக,
ஆழம் காண முடியாததாக
அந்த ஒன்று தனித்து நின்று
ஒருபோதும் மாறாமல் இருக்கிறது.
அந்த ஒன்று எங்கும் வியாபித்து
ஒருபோதும் தீர்ந்துபோகாமல் இருக்கிறது.
அந்த ஒன்றைப் பிரபஞ்சத்தின் அன்னை எனலாம்.
அந்த ஒன்றின் பெயர் எனக்குத் தெரியாது;
பெயர் கொடுத்தே ஆக வேண்டும் என்றால்
அதை தாவோ என்று அழைப்பேன்;
அந்த ஒன்றுக்கு
உன்னதம் என்றும் பெயர் கொடுப்பேன்.

உன்னதம் என்றால்
போய்க்கொண்டே இருப்பது என்று அர்த்தம்.
போய்க்கொண்டே இருப்பது என்றால்
தூரமாகப் போவது என்று அர்த்தம்;
தூரமாகப் போவது என்றால்
திரும்பிப்போவது என்று அர்த்தம்.

எனவே, தாவோ உன்னதமானது;
எனவே, வானகம் உன்னதமானது;
எனவே, வையகம் உன்னதமானது;
எனவே, மனிதனும் உன்னதமானவன்.
எனவே, நான்கு உன்னத விஷயங்கள்
இந்தப் பிரபஞ்சத்தில் இருக்கின்றன;
மனிதனும் அவற்றில் ஒன்று.

மனிதன் வையகத்தைப் பின்பற்றுகிறான்;
வையகம் வானகத்தைப் பின்பற்றுகிறது;
வானகம் தாவோவைப் பின்பற்றுகிறது;
தன் உள்ளார்ந்த இயற்கை நியதிகளை
தாவோ பின்பற்றுகிறது.

## 26

லேசின் அடிப்படையாக
கனம் இருக்கிறது;
அவசரத்தைக் கட்டுப்படுத்தும் திறனாக
நிதானம் இருக்கிறது.

எனவே, நாள் முழுக்கப் பயணம் செய்தாலும்
சரக்கு வண்டியை விட்டு
ஞானி ஒருபோதும் அகல்வதில்லை;
அற்புதமான காட்சிகள்
சுற்றிலும் இருந்தாலும்
அவன் சலனமில்லாமல் இருக்கிறான்.

இப்படி இது இருக்க,
பத்தாயிரம் ரதங்கள் கொண்ட மன்னன்
எப்படித் தன் பேரரசில்
இவ்வளவு கவலையற்று இருக்கிறான்?

லேசாக இருப்பது
அடிப்படையை இழப்பதாகும்;
அவசரப்படுவது
கட்டுப்படுத்தும் திறனை இழப்பதாகும்.

## 27

நல்ல பயணி
சுவடு எதுவும் விட்டுச்செல்வதில்லை;
நல்ல பேச்சாளன்
தவறாக எதுவும் பேசுவதில்லை;
நல்ல கணக்கனுக்கு
மணிச்சட்டம் எதுவும் தேவைப்படுவதில்லை;
நன்றாக மூடத் தெரிந்தவனுக்குச்
சட்டம், தாழ்ப்பாள் எதுவும் தேவைப்படுவதில்லை;
என்றாலும், அவன் மூடிய பிறகு
அந்தக் கதவைத் திறப்பது சாத்தியமில்லை.
நன்றாகக் கட்டத் தெரிந்தவனுக்குக்
கயிறு, முடிச்சு எதுவும் தேவைப்படுவதில்லை;
என்றாலும், அவன் கட்டிய பிறகு
அந்தக் கட்டை அவிழ்ப்பது சாத்தியமில்லை.

மக்கள் கெட்டவர்களாக இருந்தாலும்
அவர்கள் ஏன் நிராகரிக்கப்பட வேண்டும்?
ஞானி மக்களை எப்போதும் இரட்சிக்கிறான்.
எனவே, யாரும் நிராகரிக்கப்படுவதில்லை;
அவன் எல்லாவற்றிற்கும் நல்ல இரட்சகன்.
எனவே, எதுவும் நிராகரிக்கப்படுவதில்லை.
இரட்டை ஞானோதயம் என்று
இது அழைக்கப்படுகிறது.

எனவே, நல்லவர்கள்
கெட்டவர்களின் ஆசிரியர்களாக இருக்கிறார்கள்.
கெட்டவர்கள்
நல்லவர்களின் களப்பொருளாக இருக்கிறார்கள்.
தங்கள் ஆசிரியரை மதிக்காதவர்கள்
அல்லது தங்கள் களப்பொருளை நேசிக்காதவர்கள்,

உசிதம் காரணமாக அவ்வாறு இருந்தாலும்,
உண்மையில் குழம்பித்தான் போயிருக்கிறார்கள்.
இதுதான் அடிப்படை சூட்சுமம்.

## 28

ஆண்மையை அறிந்துகொண்டாலும்
பெண்மையைக் கடைப்பிடிக்கிற மனிதன்
உலகத்தைத் தன்னிடம் ஈர்த்துக்கொள்கிற
கால்வாயாக மாறுகிறான்;
உலகத்தின் கால்வாயாக இருப்பதால்
பெண்மையைக் கடைப்பிடிக்கிற மனிதன்
தே யிலிருந்து துண்டிக்கப்பட மாட்டான்.
ஆகவே, குழந்தை நிலைக்கு
அவன் மீண்டும் திரும்ப முடியும்.

வெண்மையை அறிந்துகொண்டாலும்
கருமையைக் கடைப்பிடிக்கிற மனிதன்
உலகத்தின் லட்சியமாகிறான்;
உலகத்தின் லட்சியமாக இருப்பதால்
கருமையைக் கடைப்பிடிக்கிற மனிதனிடம்
தே ஒருபோதும் தடுமாறுவது இல்லை.
ஆகவே, முடிவிலிக்கு
அவன் மீண்டும் திரும்ப முடியும்.

தன் பெருமையை அறிந்துகொண்டாலும்
அடக்கத்தைக் கடைப்பிடிக்கிற மனிதன்
உலகம் அனைத்தையும் தன்னிடம்
ஈர்த்துக்கொள்கிற
பள்ளத்தாக்காக மாறுவான்;
உலகத்தின் பள்ளத்தாக்காக இருப்பதால்
அவனிடம் தே முழுமையாக இருக்கிறது.
ஆகவே, முழுமைக்கு
அவன் மீண்டும் திரும்ப முடியும்.
முழுமை பகுக்கப்படும்போது அது
பயனுள்ள பாத்திரங்களாக உருவாகும்;

அவற்றை ஞானி பயன்படுத்தும்போது அவை
அதிகாரிகளாகவும் தலைவர்களாகவும் ஆகின்றன.

இருந்தாலும்
ஒரு உன்னதச் செயல்பாட்டுக்குப்
பாகுபடுத்துவது தேவையில்லை.

# 29

உலகத்தை ஒருவன்
தன் கையில் எடுத்துக்கொண்டு
அதை வடிவமைக்க இருக்கிறான் என்றால்
அது நிர்ப்பந்தத்தினால் என்று
எனக்குத் தோன்றுகிறது.
ஏனென்றால், உலகம்
ஒரு தெய்வீகப் பாத்திரம்;
தெய்வீகப் பாத்திரத்தை வடிவமைக்க முடியாது;
அதை வற்புறுத்த முடியாது.
அப்படி வடிவமைக்கிற மனிதன்
அதைச் சேதப்படுத்துகிறான்;
அப்படி வற்புறுத்துகிற மனிதன்
அதை இழந்துவிடுகிறான்.

எனவே, ஞானி
தெய்வீகப் பாத்திரத்தை வடிவமைப்பதில்லை;
எனவே, அவன்
அதைச் சேதப்படுத்துவதில்லை.
எனவே, அவன்
அதை வற்புறுத்துவதில்லை;
எனவே, அவன்
அதை இழந்துவிடுவதில்லை.

ஏனென்றால், ஒருசிலர் முன்செல்ல
வேறு சிலர் பின்தங்கிவிடுகிறார்கள்;
ஒருசிலர் மௌனத்தைக் கடைப்பிடிக்க
வேறு சிலர் சளசளக்கிறார்கள்;
ஒருசிலர் பலசாலியாக இருக்க
வேறு சிலர் நோஞ்சானாக இருக்கிறார்கள்;
ஒருசிலர் வண்டியில் உட்கார்ந்திருக்க

வேறு சிலர் வண்டியிலிருந்து
கீழே விழுந்துவிடுகிறார்கள்.

எனவே, மிகையை,
படாடோபத்தை,
மனம்போன போக்கில் செயல்படுவதை
ஞானி தவிர்க்கிறான்.

# 30

உலகத்தை ஆள்பவனுக்கு
தாவோவைக் கொண்டு உதவுகிற மனிதன்
உலகத்தை
ஆயுதங்களைக் கொண்டு ஆள மாட்டான்.
தாவோவைக் கொண்டு உதவுகிற மனிதன்
நிவாரணத்தை மட்டுமே
தன் இலக்காகக் கொண்டிருப்பான்.
ஆகையால்,
தன் அதிகாரத்தை
மற்றவர்கள்மீது திணிக்கத் துணிய மாட்டான்;
நிவாரணத்தைத் தந்து முடித்தவுடன்
தான் அதைச் செய்ததாக நினைக்க மாட்டான்,
பகட்டிக்கொள்ள மாட்டான்,
பெருமைப்பட்டுக்கொள்ள மாட்டான்;
மாறாக, நிவாரணம் தருவதைத்
தன் கடமையாக,
தன் பணியாக எடுத்துக்கொள்வான்.
எனவே, நிவாரணப் பணி
வற்புறுத்தலை நாடாமல் முடிவடைகிறது.

வலிவின் உச்சத்தை
உயிர்கள் எட்டியதும்
மூப்படையத் தொடங்கிவிடுகின்றன;
இப்படி மூப்படைவது
தாவோவுக்கு எதிராக இருக்கிறது.
இப்படி தாவோவுக்கு எதிராக இருப்பது
சீக்கிரமே முடிவுக்கு வந்துவிடும்.

# 31

ஆயுதங்களைப் பற்றிக் கூறப்போனால்:
ஆயுதங்கள் கேடுகாலத்தின் கருவிகளாகும்;
ஆயுதங்கள் தாவோ மனிதனின் கருவிகளில்லை.
ஏனென்றால், ஆயுத நடவடிக்கைகள்
அவற்றிற்கு ஏற்ற மாதிரியே
எதிர்விளைவைத் தருகின்றன;
படைகள் தங்கிய இடங்களில்
முள்ளும் புதரும் வளர்கின்றன.
பெரும் போர் என்றால்
நிச்சயமாக அதைத் தொடர்ந்து
நீண்ட பஞ்சம் வந்துவிடுகிறது.

வீட்டில் இடது பக்கத்தையும்,
ஆயுதங்களைப் பயன்படுத்தும்போது
போர்க்களத்தில் வலது பக்கத்தையும்
பெருமைக்குரிய இடமாக
தாவோ மனிதன் ஆக்கிக்கொள்கிறான்.
தவிர்க்க முடியாதபோதுதான்
அவன் ஆயுதங்களைப் பயன்படுத்துகிறான்.

ராணுவ வெற்றிகளில்
தாவோ மனிதன் மகிழ்ச்சியடைவதில்லை.
அவன் அவற்றில் மகிழ்ச்சியடைந்தால்
மக்களின் படுகொலையில்
அவன் மகிழ்ச்சியடைகிறான்
என்று அர்த்தம்.
மக்களின் படுகொலையில்
மகிழ்ச்சியடைகிற மனிதன்
தன் சித்தத்தை
உலகத்தில் நிறைவேற்றிக்கொள்ள முடியாது.

## 32

தாவோ
எப்போதும் பெயரில்லாமல் இருந்தது.
முதல்முறையாக
தாவோ செயல்படுத்தப்பட்டபோது
அதற்குப் பெயரிடப்பட்டது.

பெயரிடுவது என்பதைப் பார்க்கும்போது
அதை எங்கே நிறுத்திக்கொள்வது என்று
ஒரு மனிதன் தெரிந்துகொள்ள வேண்டும்.
எங்கே நிறுத்திக்கொள்வது என்று
ஒருவன் தெரிந்துகொள்ளும்போது
அவன் அழிவற்றவன் ஆகிறான்.

## 33

எவனொருவன்
மற்றவர்களை அறிந்துகொள்கிறானோ
அவன் அறிவாளி;
எவனொருவன்
தன்னை அறிந்துகொள்கிறானோ
அவன் ஞானி;
எவனொருவன்
மற்றவர்களை வெற்றி கொள்கிறானோ
அவன் பலசாலி;
எவனொருவன்
தன்னை வெற்றி கொள்கிறானோ
அவன் வல்லவன்.
எவனொருவன்
மனநிறைவை அறிந்துகொள்கிறானோ
அவன் செல்வந்தன்;
எவனொருவன்
ஊக்கத்தோடு தன் வழியில் செல்கிறானோ
அவன் மனோசக்தி உடையவன்;
எவனொருவன்
தனக்குரிய இடத்தை விட்டு விலகாதிருக்கிறானோ
அவன் நீண்ட காலம் நிலைப்பவன்;
எவனொருவன்
இறக்கலாம் என்றாலும் அழியாதிருக்கிறானோ
அவன் நீண்ட ஆயுள் உடையவன்.

## 34

தாவோ எல்லா இடங்களிலும் பரவியிருக்கிறது.
இடப் பக்கமும் வலப் பக்கமும்.

தாவோ காரணமாகவே அனைத்தும் உருவாயின;
என்றாலும், அது
அவற்றை நிராகரிப்பதில்லை.
அது நற்பணிகளை நிறைவேற்றினாலும்
அது அவற்றுக்குச் சொந்தம் கொண்டாடுவதில்லை.
தாவோ அனைத்தையும்
நேசித்துப் பேணி வளர்க்கிறது;
என்றாலும், அது
அவற்றின் மீது அதிகாரம் செலுத்துவதில்லை.
அது எப்போதும் இருத்தலின்மையது.
எனவே, அது
சிறியது என்று அழைக்கப்பட முடியும்.
தாவோ அனைத்தும்
திரும்பிச்செல்லும் வீடாக இருக்கிறது;
என்றாலும், அது
அனைத்தின் மீதும் ஆதிக்கம் செலுத்துவதில்லை.
எனவே, அது
உன்னதமானது என்று அழைக்கப்பட முடியும்.
தான் உன்னதமானது
என்று அது நினைத்துக்கொள்வதில்லை.
எனவே, அது
உன்னதத்தைச் சாதிக்க முடிகிறது.

## 35

உன்னத வடிவத்தைக் கைக்கொண்டிருப்பவனை
உலகம் அனைத்தும் தேடி வரும்;
அவனிடம் அபாயம் எதையும் அது உணராது.
மாறாக, அமைதியை,
சமத்துவத்தை,
ஒற்றுமையை உணரும்.

இசையும் சுவையான பண்டங்களும்
வழிப்போக்கர்களைச் சுண்டியிழுக்கும்.
ஆனால், தாவோ
சொற்களால் சொல்லப்படும்போது
அவ்வளவு தூய்மையாக
வாசனை எதுவுமற்று இருக்கிறது.

ஒருவன் தாவோவை உற்றுநோக்கும்போது
அதைப் பார்க்க முடியாது;
ஒருவன் அதைச் செவிமடுக்கும்போது
அதைக் கேட்க முடியாது;
ஆனால், ஒருவன் அதைப் பயன்படுத்தும்போது
அது ஒருபோதும் தீர்ந்துவிடுவதில்லை.

# 36

ஒரு பொருளைச்
சுருக்க வேண்டுமென்றால்
அதை நிச்சயம் முதலில் விரித்துவைக்க வேண்டும்.
ஒரு பொருளை
வலுவிழக்கச் செய்ய வேண்டுமென்றால்
அதை நிச்சயம் முதலில் வலுப்படுத்த வேண்டும்.
ஒரு பொருளைக்
கவிழ்க்க வேண்டுமென்றால்
அதை நிச்சயம் முதலில் போற்றி உயர்த்த
வேண்டும்.
"ஒரு பொருளைப்
பெற வேண்டுமென்றால்
அதை நிச்சயம் முதலில் கொடுக்க வேண்டும்."
சூட்சும ஞானம் என்று
இது அழைக்கப்படுகிறது.

மென்மையும் மெலியதும்
கடினத்தையும் வலியதையும்
வெல்ல முடியும்.

மீன்கள்
கடலை விட்டு வெளியில் வரக் கூடாது;
அவ்வாறே,
ஒரு நாட்டின் கூர்மையான ஆயுதங்கள்
யாரிடமும் காட்டப்படக் கூடாது.

## 37

தாவோ எப்போதும் செயல்படாமல் இருக்கிறது;
என்றாலும், அது செய்யாதது எதுவுமில்லை.

இளவரசரும் மன்னரும்
தாவோவைக் கடைப்பிடிக்க முடிந்தால்
அனைத்தும் தாமாகவே வளரும்;
அனைத்தும் தாமாகவே வளரும்போது
அவற்றில் ஆசை கிளர்ச்சி பெறும்.
அவற்றை ஆசையிலிருந்து மீட்கும் பொருட்டு
அவற்றைப் பெயரற்ற எளிமையால்
கட்டுப்படுத்துவேன்.
ஆசையிலிருந்து மீட்கப்பட்டதால்
அவை அமைதியில் இருக்கும்.
எனவே, இந்த உலகம் தானாகவே சீர்பட்டுவிடும்.

எளிமை எவ்வளவு அற்பமாகத் தோன்றினாலும்
அதை இந்த உலகம் அடிபணிய வைக்க முடியாது.
அதை இளவரசரும் மன்னரும் கடைப்பிடிக்க
முடிந்தால்
இந்த உலகம் தானாகவே மரியாதை செலுத்தும்.
இனிய பனியைப் பொழிய வைக்க
வானகமும் வையகமும் ஒன்றுபடும்.
அதிகாரம் செய்ய யாரும் இல்லாததால்
மக்கள் தாமாகவே இணக்கமாக இருப்பார்கள்.
நற்பணிகளை நிறைவேற்றிய பிறகு,
காரியங்களை முடித்துவிட்டபோது
மக்கள் தங்களைப் பற்றிச் சொல்லிக்கொள்வார்கள்,
இயற்கையைப் பின்பற்றுகிறோம் என்று.

# 38

உயர்ந்த தே யிடம்
தான் தே என்கிற பிரக்ஞை இருப்பதில்லை;
எனவே, உயர்ந்த தே யிடம்
தே இருக்கிறது.
தரம் குறைந்த தே யை விட்டுத்
தான் தே என்கிற பிரக்ஞை
ஒருபோதும் விலகுவதில்லை;
எனவே, அதனிடம்
தே இருப்பதில்லை.
உயர்ந்த தே
செயல்படாதது மாதிரி தோன்றுகிறது;
என்றாலும் உயர்ந்த தே
செய்யாதது எதுவுமில்லை.
தரம் குறைந்த தே
செயல்பட்டுக்கொண்டே இருக்கிறது;
என்றாலும் அது
முடிவில் காரியங்களைச் செய்யாது விடுகிறது.

உயர்ந்த கருணை
நோக்கம் எதுவுமில்லாமல் செயல்படுகிறது.
உயர்ந்த நியாயம்
ஒரு நோக்கத்துடன் செயல்படுகிறது.
உயர்ந்த சடங்கு
செயல்பட்டுக்கொண்டே இருக்கிறது;
என்றாலும், அதை
முதலில் யாரும் கண்டுகொள்வதில்லை;
பிறகு, படிப்படியாக அதை
மக்கள் ஆரவாரமாகப் பின்பற்றுகிறார்கள்.

எனவே, தாவோ தொலைந்துபோகும்போது
தே தோன்றுகிறது.
தே தொலைந்துபோகும்போது
கருணை தோன்றுகிறது.
கருணை தொலைந்துபோகும்போது
நியாயம் தோன்றுகிறது.
நியாயம் தொலைந்துபோகும்போது
சடங்கு தோன்றுகிறது.
எனவே, சடங்கு என்பது
நம்பிக்கை, விசுவாசம் ஆகியவற்றின்
நைந்துபோன நிலையும்
குழப்பத்தின் துவக்கமும் ஆகும்.
எனவே, முன்னறிவு என்பது
தாவோவின் வாடிய மலரும்
மடமையின் துவக்கமும் ஆகும்.

எனவே, உன்னத மனிதன்
திடமானதைப் பிடித்துக்கொள்கிறான்,
நைந்துபோனதையல்ல;
கனியைப் பற்றிக்கொள்கிறான்,
மலரையல்ல.
எனவே, உன்னத மனிதன்
பின்னதை விலக்கிவிட்டு
முன்னதை எடுத்துக்கொள்கிறான்.

## 39

*பழங்காலம் முதலாக*
*ஒருமையை அடைந்துள்ள விஷயங்கள் இவை:*
*ஒருமையால்*
*வானகம் உறுதியாக இருக்கிறது;*
*ஒருமையால்*
*வையகம் உறுதியாக இருக்கிறது;*
*ஒருமையால்*
*ஆத்மா ஆத்மீகமாக இருக்கிறது;*
*ஒருமையால்*
*பள்ளத்தாக்கு நிறைந்திருக்கிறது;*
*ஒருமையால்*
*அனைத்தும் இருத்தல் கொண்டிருக்கின்றன;*
*ஒருமையால்*
*இளவரசரும் மன்னரும் ஆட்சிபுரிகிறார்கள்.*

*வானகம் தெளிவாக இல்லாவிட்டால்*
*அது கிழிபட்டுவிடும்;*
*வையகம் உறுதியாக இல்லாவிட்டால்*
*அது நிலைகுலைக்கப்பட்டுவிடும்;*
*ஆத்மா செயல்படாவிட்டால்*
*அது மறைந்துவிடும்;*
*பள்ளத்தாக்கு நிரம்பி இருக்காவிட்டால்*
*அது வறண்டுபோகும்;*
*அனைத்தும் இருத்தல் கொள்ளாவிட்டால்*
*அவை அழிந்துபோகும்;*
*இளவரசரும் மன்னரும்*
*ஆட்சியாளராக இல்லாவிட்டால்*
*அவர்கள் கவிழ்க்கப்படுவார்கள்.*

உயர்ந்தோர்கூட
சாமானியரின்
மொழியில் அழைக்கப்பட வேண்டும்;
உயர்ந்தோர்கூட
தாழ்ந்தோரை
அடித்தளமாகக் கொள்ள வேண்டும்.
எனவே, இளவரசரும் மன்னரும்
தற்குறிகள்,
தே இல்லாதவர்கள்,
தகுதியற்றவர்கள்
என்று தங்களை அழைத்துக்கொள்கிறார்கள்.
எனவே, அவர்களும்
சாமானியரைத்
தங்கள் வேராகக் கொள்கிறார்கள்
என்பது இதற்கு அர்த்தம், இல்லையா?
தற்குறிகளை,
தே இல்லாதவர்களை,
தகுதியற்றவர்களை
அனைத்து மக்களும் மிகவும் வெறுக்கிறார்கள்.
என்றாலும், இவற்றை இளவரசரும் மன்னரும்
தங்கள் பட்டங்களாகத்
தேர்ந்தெடுத்துக்கொள்கிறார்கள்.

எனவே, உயர்ந்த புகழ் என்பது
புகழ் எதுவும் பெறாமல் இருப்பதாகும்.
இவ்வாறு இளவரசரும் மன்னரும்
உயர்த்தப்படுகிறார்கள்,
தாழ்த்தப்படுவதால்.
உயர்த்தப்படுவதால்
தாழ்த்தப்படுகிறார்கள்.

ஒற்றை மாணிக்கம் மாதிரி
பிரபலமாக இருப்பது விரும்பத் தக்கதல்ல;
அலுப்பு தருகிற விதத்தில்
வெறும் கற்கள் மாதிரி
ஏராளமாக இருப்பதும் விரும்பத் தக்கதல்ல.

## 40

திரும்பிப்போவது
தாவோவின் இயக்கமாகும்.
மெலிவு
தாவோவின் சாதனமாகும்.

பிரபஞ்சத்தில் உள்ள அனைத்தும்
இருத்தலிலிருந்து வருகின்றன;
இருத்தல்
இருத்தலின்மையிலிருந்து வருகிறது.

# 41

தேர்ந்த மாணவனுக்கு தாவோ கற்பிக்கப்படும்போது
அதை நடைமுறைப்படுத்தச் சிரமப்பட்டு
உழைக்கிறான்.
இடைநிலை மாணவனுக்கு அது
கற்பிக்கப்படும்போது
அவன் சில சமயத்தில் அதைக் கடைப்பிடிப்பது
போலவும்
சில சமயத்தில் அதை இழப்பது போலவும்
தோன்றுகிறது.
கடைநிலை மாணவனுக்கு அது
கற்பிக்கப்படும்போது
அவன் பலமாகச் சிரிக்கிறான்.
அப்படி அதைப் பார்த்து அவன் சிரிக்காவிட்டால்
அது தாவோவுக்குரிய முழுமை பெற்றிருக்காது.

எனவே, ஒரு பழமொழி இப்படிச் சொல்கிறது:

"ஞானோதயத்தில், தாவோ தெளிவற்றது மாதிரி
தோன்றுகிறது;
முன்செல்வதில் தாவோ பின்செல்வது மாதிரி
தோன்றுகிறது:
நேர்தன்மையில் தாவோ மேடும்பள்ளமுமாகத்
தோன்றுகிறது.

உயர்ந்த தே பள்ளத்தாக்கு மாதிரி தோன்றுகிறது;
தூய்மையான வெண்மை பழுப்படைந்த மாதிரி
தோன்றுகிறது;
அற்புதமான தே போதாதது மாதிரி தோன்றுகிறது;
திடமான தே மெலிந்து, வற்றியது மாதிரி
தோன்றுகிறது;
எளிமையான இயற்கை மாறக்கூடியது மாதிரி

தோன்றுகிறது.
மிகப் பெரிய சதுரத்திற்குக் கோணங்கள் இல்லை;
மிகப் பெரிய பாத்திரம் ஒருபோதும் நிரம்பியதாக
இல்லை;
மிகப் பெரிய ஒலி காதுக்கு எட்டுவது இல்லை;
மிகப் பெரிய உருவம் மனக்கண்ணுக்குப்
பிடிபடுவதில்லை;
மறைந்திருக்கும்போது தாவோ பெயரிலியாக
இருக்கிறது.''

என்றாலும், கொடுப்பதிலும்
நிறைவுசெய்வதிலும்
சிறப்பாகச் செயல்படுவது
தாவோ மட்டுமே.

## 42

தாவோ ஒன்றைப் பெற்றெடுக்கிறது;
ஒன்று இரண்டைப் பெற்றெடுக்கிறது;
இரண்டு மூன்றைப் பெற்றெடுக்கிறது;
மூன்று அனைத்தையும் பெற்றெடுக்கிறது.

அனைத்தும் இவ்வாறு இருக்கின்றன;
அனைத்திற்கும் பின்னால் நிழல் இருக்கிறது;
அனைத்திற்கும் முன்னால் ஒளி இருக்கிறது;
அனைத்தையும் சூட்சும சுவாசம்
இசைவுபடுத்துகிறது.

மற்றவர்கள் போதிப்பதை
நானும் போதிக்கிறேன்.
"சாகசச் செயல்களில்
வேட்கை நிரம்பியவனும்
வன்முறையாளனும்
இயற்கையாகச் சாவதில்லை."
இந்த வாசகத்தை
நான் என் ஆசானாகக் கருதுகிறேன்.

## 43

இருத்தலில்லாதது
ஊடுருவ முடியாததில் நுழைய முடியும்.

இதனால் எனக்குத் தெரிவது இதுதான்:
செயல்படாமை உபயோகமாக இருக்கிறது.

சொற்கள் இல்லாமல் போதிப்பது,
செயல்படாமல் பயன்படுவது:
இந்த நிலையை
உலகத்தில் யாரும் அடையவில்லை.

## 44

புகழா உன் உடம்பா,
எது உனக்கு அதிக நெருக்கமானது?
உன் உடம்பா செல்வமா,
எது உனக்கு அதிக அருமையானது?
லாபமா நஷ்டமா,
எது உனக்கு அதிகக் கெடுதியானது?

அபரிமித அன்பு
வீண் செலவுக்கு இழுத்துக்கொண்டுபோகும்;
சேர்த்துவைத்த செல்வத்தைப்
பெரிய கொள்ளை பின்தொடர்ந்து வரும்.

எனவே, மனநிறைவை அறிந்தவனை
ஒருபோதும் அவமானப்படுத்த முடியாது;
எனவே, எங்கு நிறுத்திக்கொள்வது
என்று அறிந்தவனை
ஒருபோதும் அழிக்க முடியாது;
அவன் நெடுங்காலம் நீடிப்பான்.

## 45

உன்னதப் பூரணத்துவம்
பூரணமற்றதாகத் தோன்றுகிறது;
என்றாலும், உன்னதப் பூரணத்துவத்தின் பயன்
அழிவில்லாமல் நீடிக்கிறது.
உன்னத முழுமை
காலியாகத் தோன்றுகிறது;
என்றாலும், உன்னத முழுமையின் பயன்
தீர்ந்துவிடாமல் நீடிக்கிறது.
உன்னத நேர்தன்மை
கோணலாகத் தோன்றுகிறது;
உன்னத லாவகம்
இசகுபிசகாகத் தோன்றுகிறது;
உன்னதப் பேச்சாற்றல்
திக்குவதாகத் தோன்றுகிறது.

செயல்படுதல்
குளிரை வெற்றிகொள்கிறது;
சலனமின்மை
வெப்பத்தை வெற்றிகொள்கிறது.

தூய்மையையும்
சலனமின்மையையும் கொண்டே
இந்த உலகத்தை ஆள முடியும்.

## 4 6

உலகத்தில் தாவோ ஆட்சிபுரியும்போது
வயல்களில் எருவண்டிகளை இழுப்பதற்காக,
பாயும் குதிரைகள் கடிவாளமிடப்படுகின்றன.
தாவோ உலகத்தில் ஆட்சிபுரியாதபோது
ஊருக்கு வெளியே திடலில்
போர்க் குதிரைகள் வளர்க்கப்படுகின்றன.

மனிதர்கள் ஆசைப்படுவதைத் தேடுவதைவிடப்
பெரிய குற்றம் வேறு எதுவுமில்லை;
மனநிறைவை அறியாமல் இருப்பதைவிடப்
பெரிய துயரம் வேறு எதுவுமில்லை;
பேராசைக்கு இடம்கொடுப்பதைவிடப்
பெரிய கேடு வேறு எதுவுமில்லை.

எனவே, மனநிறைவை அறிகிற மனநிறைவு
எப்போதும் மனநிறைவுடன் இருக்கும்.

## 47

வாசலைத் தாண்டிப் போகாமலே
உலகம் அனைத்தையும்
ஒரு மனிதன் தெரிந்துகொள்ள முடியும்.
ஜன்னல் வழியே எட்டிப்பார்க்காமலே
வானகத்து தாவோவை
ஒரு மனிதன் பார்க்க முடியும்.
அதிகம் பயணிக்கும் ஒருவன்
மிகவும் குறைவாகவே தெரிந்துகொள்கிறான்.

எனவே, ஞானி பயணம் செய்யாமலே
எல்லாவற்றையும் தெரிந்துகொள்கிறான்;
எனவே, அவன் எதையும் பார்க்காமலே
எல்லாவற்றுக்கும் பெயர் தருகிறான்;
எனவே, அவன் எதையும் செய்யாமலே
எல்லாவற்றையும் நிறைவேற்றுகிறான்.

## 48

புலமையை நாடிச் செல்கிற மனிதன்
நாள்தோறும் வளர்வான்;
தாவோவை நாடிச் செல்கிற மனிதன்
நாள்தோறும் தேய்வான்.
தேய்வான், தொடர்ந்து தேய்வான்,
செயல்படாமையை அடைகிறவரையும்.

எல்லாவற்றையும் செய்ய முடியும்,
செயல்படாமையினால்.

## 49

தனது என்று சொல்லிக்கொள்ள
'தான்' என்று ஞானிக்கு எதுவுமில்லை.
எனவே, அவன் மக்களின் 'தான்'-ஐத்
தன் 'தான்'-ஆக ஆக்கிக்கொள்கிறான்.

நல்ல மனிதர்களிடம்
ஞானி நல்ல தன்மையுடன் நடந்துகொள்கிறான்;
கெட்ட மனிதர்களிடம்கூட
அவன் நல்ல தன்மையுடன் நடந்துகொள்கிறான்;
இவ்வாறு நல்ல தன்மை கிட்டுகிறது.
விசுவாசம் உள்ள மனிதர்களிடம்
ஞானி விசுவாசமாக நடந்துகொள்கிறான்;
விசுவாசம் இல்லாத மனிதர்களிடம்கூட
அவன் விசுவாசமாக நடந்துகொள்கிறான்;
இவ்வாறு விசுவாசம் கிட்டுகிறது.

இணக்கத்துடன்
ஞானி உலகத்தில் வாழ்கிறான்;
எளிமையுடன்
அவன் உலகத்தை ஆள்கிறான்;
தங்கள் காதுகளாலும் கண்களாலும்
மக்கள் அனுபவிக்க விரும்புவதை
ஞானி பேணுகிறான்
தாய் தன் குழந்தைகளைப் பேணுவது மாதிரி.

## 50

வாழ்வை விட்டு வெளியேறி
சாவிற்குள் மனிதர்கள் நுழைகிறார்கள்.

வாழ்வின் விகிதம் பத்தில் மூன்று;
சாவின் விகிதம் பத்தில் மூன்று;
பிறப்பிலிருந்து சாவு மண்டலம் போகிற
மனிதர்களின் விகிதமும் பத்தில் மூன்று.

அது ஏன் அப்படி?
வாழ்வைத் தேடுகிற
தேவைக்கதிகமான முயற்சியால் அப்படி.

ஆனால்,
வாழ்வதற்கு எதுவும் செய்யாத மனிதர்கள் மட்டுமே
பெரிதாகத் தங்கள் வாழ்க்கையை மதிக்கிற
மனிதர்களைவிடச் சிறந்தவர்கள்.

ஏனென்றால், நான் கேள்விப்பட்டிருக்கிறேன்:
வாழ்வைப்
பேணிப் பாதுகாக்கத் தெரிந்த மனிதன்
தன் தரைவழிப் பயணத்தின்போது
காண்டாமிருகம், புலி
எதையும் எதிர்கொள்வதில்லை;
போரிடப் போகும்போது அவன்
படைக்கலம், ஆயுதம்
எதனாலும் தாக்கப்படுவதில்லை;
அவனைக் கொம்பால் குத்துவதற்குக்
காண்டாமிருகத்தால் இடம் காண முடியாது;
அவன்மீது நகத்தைப் பதிப்பதற்குப்
புலியால் இடம் காண முடியாது;

கூரிய முனையைச் செருகுவதற்கு
ஆயுதங்களால் இடம் காண முடியாது.

அது ஏன் அப்படி?
ஏனென்றால்,
அந்த மனிதன் இருக்கிறான்,
சாவு மண்டலத்திற்கு அப்பால்.

## 51

தாவோ அனைத்தையும் உண்டாக்குகிறது;
தே அனைத்தையும் பேணி வளர்க்கிறது;
அவை யாவும்
வெவ்வேறு உருவங்களில்
தோற்றம் கொள்கின்றன;
சக்தி தரப்படுவதால்
ஒவ்வொன்றும் முழுமையடைகிறது.

எனவே, இவ்வாறு எதுவும்
தாவோவைப் போற்றாமல் இருப்பதில்லை;
தே யை மதிக்காமல் இருப்பதில்லை.
எனவே, இவ்வாறு தாவோவைப் போற்றுவதும்
தே யை மதிப்பதும் ஆணையினால் நிகழ்வதில்லை;
அவை எப்போதும் இயல்பாகவே நிகழ்கின்றன.
எனவே, தாவோ அனைத்தையும் உண்டாக்கி
வளர்த்து, ஊட்டமளித்து
இருக்க இடம் தந்து காப்பாற்றுகிறது.

அனைத்தும் தோற்றம் கொள்கிறபோது
தாவோ எதையும் நிராகரிப்பதில்லை.
அது அனைத்தையும் உண்டாக்குகிறது,
ஆனால் தன் உடமையாக வைத்துக்கொள்வதில்லை.
அது செயல்படுகிறது,
ஆனால் எதையும் சார்ந்திருக்காமல்.
அது அனைத்தையும் பேணுகிறது,
ஆனால் எதன்மீதும் அதிகாரம் செலுத்தாமல்.
அது நற்பணிகளைச் செய்துமுடிக்கிறபோது
அவற்றுக்கு உரிமை கொண்டாடுவதில்லை.
அவற்றுக்கு உரிமை கொண்டாடுவதில்லை
என்பதால்
தாவோ நற்பணிகளை இழந்துவிடுவதில்லை.

## 52

இந்தப் பிரபஞ்சத்தின் தொடக்கம்,
அது வெளிப்பட்டபோது,
பிரபஞ்சத்தின் அன்னை என்று கருதப்படலாம்.

அன்னையை ஒரு மனிதன் அறிந்துகொள்கிறபோது
குழந்தைகளையும் அவன் அதையொட்டி
அறிந்துகொள்கிறான்.
குழந்தைகளை அவன் அறிந்திருந்தாலும்
அன்னையை விட்டு விலகாமல் அவன் இருக்கிறான்.
இவ்வாறு, அவன் உடம்பு சிதைந்துபோகலாம்
என்றாலும்
ஒருபோதும் அவன் அழிய மாட்டான்.

மனிதன் தன் வாயை மூடிக்கொண்டு
தன் வாயில்களை அடைத்துக்கொண்டால்
அவன் ஒருபோதும் களைத்துப்போக முடியாது.
மனிதன் தன் வாயைத் திறந்துகொண்டு
தன் காரியங்களை அதிகரித்துக்கொண்டால்
அவனை ஒருபோதும் காப்பாற்ற முடியாது.

பொருள்களின் நுண்மையைப் பார்ப்பது
பார்வைத் தெளிவு எனப்படுகிறது.
மெலியது எதுவோ
அதை விட்டு விலகாமல் இருப்பது
திறமை எனப்படுகிறது.
எனவே, உன் விளக்கை உபயோகி;
ஆனால் பிரகாசத்தைக் குறைத்துவிடு.
இப்படிச் செய்தால், உனக்கு எந்தக் கெடுதலும்
நீ செய்துகொள்ள மாட்டாய்.
நிரந்தரத்தைப் பின்பற்றுவது என்று
இது அழைக்கப்படுகிறது.

## 53

என்னை நல்ல அறிவு பெற்று
அந்த உன்னத நெடுஞ்சாலையில்
நடக்கவிடு.
ஆனால் ஒன்று:
விலகிப்போய்விடுவேன்
என்ற பயம் மட்டும்தான் எனக்கு.

உன்னத நெடுஞ்சாலை
மிகத் தெளிவாக, எளிதாக இருக்கிறது;
ஆனால், குறுக்குப் பாதைகளை
மனிதர்கள் நாடுகிறார்கள்.
அரண்மனைகள் நன்றாகப் பராமரிக்கப்பட,
வயல்களில் களை மண்டுகிறது.
எனவே, களஞ்சியங்கள் காலியாக
விடப்படுகின்றன.
சித்திரப் பூவேலை ஆடைகளை உடுத்துவதும்
கூரிய வாள்களை ஏந்துவதும்
குடியிலும் உணவிலும் திளைப்பதும்
அபரிமிதமாகச் செல்வங்களைத்
திரட்டிக்கொள்வதும்
கொள்ளையை ஊக்குவிப்பது எனப்படுகிறது.

இப்படிச் செய்வது
தாவோவிலிருந்து விலகுவது
இல்லையா?

## 54

ஒரு சிறந்த தோட்டக்காரன் நட்டதை
ஒருபோதும் அகற்ற முடியாது.
நன்றாகத் தழுவிக்கொள்ளத் தெரிந்தவன்
அணைத்துக்கொண்டிருப்பதை
ஒருபோதும் விடுவிக்க முடியாது.
இவ்வாறு மூதாதையரின் தியாகத்தைக்
குழந்தைகள், பேரக் குழந்தைகள் என்று
முடிவற்ற தலைமுறைகள் தொடரும்.

தாவோவைத் தனக்கு ஒருவன்
பயன்படுத்திக்கொண்டால்
அவனுடைய தே உண்மையானதாகும்;
தாவோவைத் தன் குடும்பத்திற்குப்
பயன்படுத்தினால்
அவனுடைய தே செழித்ததாகும்;
தாவோவைத் தன் கிராமத்திற்குப் பயன்படுத்தினால்
அவனுடைய தே நிலைத்ததாகும்;
தாவோவைத் தன் நாட்டுக்குப் பயன்படுத்தினால்
அவனுடைய தே முழுமையானதாகும்;
தாவோவை உலகத்திற்குப் பயன்படுத்தினால்
அவனுடைய தே பிரபஞ்சத்துக்கு உரியதாகும்.

எனவே, ஒரு மனிதன் தன் உடம்பைக் கொண்டு
மற்றவர்களின் உடம்பைக் கவனிக்க முடியும்;
தன் குடும்பத்தைக் கொண்டு
மற்ற குடும்பங்களைக் கவனிக்க முடியும்;
தன் கிராமத்தைக் கொண்டு
மற்ற கிராமங்களைக் கவனிக்க முடியும்;
தன் நாட்டைக் கொண்டு
மற்ற நாடுகளைக் கவனிக்க முடியும்;

தன் உலகத்தைக் கொண்டு
மற்ற உலகங்களைக் கவனிக்க முடியும்.

இப்படித்தான் உலகம்
தாவோவினால் ஆளப்படுகிறது என்று
எப்படி எனக்குத் தெரியும்?
இப்படிக் கவனிப்பதால்.

## 55

செழித்த தே உடைய மனிதன்
ஒரு கைக்குழந்தை மாதிரி.

அந்தக் கைக்குழந்தையை
விஷப்பூச்சி எதுவும் கடிக்காது;
அதைக்
கொடிய மிருகம் எதுவும் தூக்கிக்கொண்டு
போகாது;
அதை
இரைகொல்லிப் பறவை எதுவும் தாக்காது.
அதன் எலும்புகள்
மெலிந்து இருக்கின்றன;
அதன் தசை நார்
மென்மையாக இருக்கிறது;
ஆனால், அதன் பிடி
பலமாக இருக்கிறது.
அதற்கு
ஆண் பெண் சேர்க்கை தெரியாது;
என்றாலும், அது
பருவம் எய்துகிறது.
அதாவது, அது
மிகச் சிறந்த வீரியத்தைக் கொண்டிருக்கிறது.
அது
நாள் முழுவதும் கத்தலாம்;
என்றாலும், அதன் குரல்
கம்மிப்போவதில்லை.
அதாவது, அது
பரிபூரண லயத்தில் இருக்கிறது.
இந்த லயத்தைத் தெரிந்துகொள்வது
நிரந்தரத்தை அணுகுவதாகும்.

இந்த நிரந்தரத்தைத் தெரிந்துகொள்வது
ஞானத்தை அடைவதாகும்.

வாழ்வை நீட்டித்துக்கொள்வது
பெரும் கேட்டுக்கு இட்டுச்செல்லும்;
ஆசையால் சுவாசத்தைச் சிரமப்படுத்துவது
விறைத்துப்போவதாகும்.

## 56

கூர்மையாக இருக்கிற எல்லாவற்றையும்
மழுங்க வை;
பகுக்கிற மாதிரி இருக்கிற எல்லாவற்றையும்
வெட்டிவிடு;
பிரகாசமாக இருக்கிற எல்லாவற்றையும் மங்க வை;
புழுதி மாதிரி தாழ்மையான எல்லாவற்றுடனும்
கலந்துவிடு.

இப்படிச் செய்வது
முழுமையான சமத்துவம் எனப்படுகிறது.

எனவே, அந்தச் சமத்துவத்தை
நெருக்கமாக்கிக்கொள்ள முடியாது;
அதிலிருந்து அந்நியப்படவும் முடியாது.
எனவே, அந்தச் சமத்துவத்திற்கு
நன்மையைச் செய்ய முடியாது;
தீமையைச் செய்யவும் முடியாது.
எனவே, அந்தச் சமத்துவத்தை
உயர்த்திப் போற்ற முடியாது;
இழிவுபடுத்தவும் முடியாது.
எனவே, அந்தச் சமத்துவம்
உலகத்தில் மிகவும் மதிப்பு வாய்ந்தது.

# 57

நேர்மையால் நாட்டை ஆண்டாலும் சரி,
தந்திரத்தால் போர்களை நடத்தினாலும் சரி,
எந்தக் காரியத்திலும் தலையிடாமல்
ஒருவன் நாட்டை ஆள வேண்டும்.
எந்தக் காரியத்திலும் தலையிடாமல்
ஒருவன் நாட்டை ஆள முடியும்.
அப்படி இல்லாவிட்டால்,
அவன் நாட்டை ஒருபோதும் ஆள முடியாது.

இது இப்படி என்று
எனக்கு எப்படித் தெரியும்?
இதனால் தெரியும்.

நாட்டில் கட்டுப்பாடும் தடையும் அதிகரித்தால்
அந்த அளவு ஏழ்மை அதிகரிக்கும்;
மக்களிடம் கூரிய ஆயுதங்கள் அதிகரித்தால்
அந்த அளவு குழப்பங்கள் அதிகரிக்கும்;
மக்களிடம் கலையும் கைவினையும் அதிகரித்தால்
அந்த அளவு வினோதப் பொருள்கள் அதிகரிக்கும்;
மக்களிடம் சட்டதிட்டங்கள் அதிகரித்தால்
அந்த அளவு திருட்டும் கொள்ளையும் அதிகரிக்கும்.

எனவே, ஞானி இவ்வாறு சொல்கிறான்:
நான் செயல்படாமையைக் கடைப்பிடித்தால்
மக்கள் தாங்களாக வளர்ச்சி அடைகிறார்கள்;
நான் அமைதியை நேசித்தால்
மக்கள் தாங்களாக நியாயமாக நடக்கிறார்கள்.

நான் எதற்கும் அலட்டிக்கொள்ளாவிட்டால்
மக்கள் தாங்களாகச் செல்வந்தராக ஆகிறார்கள்;
நான் ஆசையிலிருந்து விடுபட்டால்
மக்கள் தாங்களாக எளிமையாக இருக்கிறார்கள்.

## 58

நயமின்றி, ஒன்றும் செய்யாமல்
அரசு இருக்கும்போது
மக்கள் மகிழ்ச்சியாக, செழிப்பாக இருக்கிறார்கள்.
அரசு பாகுபடுத்திப் பார்க்கும்போது
மக்கள் அதிருப்தியாக,
அமைதியற்று இருக்கிறார்கள்.

துன்பத்தின் மீதுதான் மகிழ்ச்சி அமைகிறது;
மகிழ்ச்சியின் அடியில்தான் துன்பம் கிடக்கிறது.
எனவே, நல்ல அரசை யார் அறிய முடியும்?
திருத்துவதற்கு முயற்சி எதையும்
அரசு எடுக்காதபோது மட்டும் முடியும்.
அப்படி இல்லை என்றால்
நேர்மை மீண்டும் தந்திரமாக மாறிவிடும்;
நன்மை மீண்டும் தீமையாக மாறிவிடும்.
நீண்ட காலமாகவே இந்த விஷயத்தை
மக்கள் அறியாமல் இருக்கிறார்கள்.

எனவே, ஞானி சதுரமாக இருந்தாலும்
மற்றவர்களை வெட்டுவதில்லை;
கோணமாக இருந்தாலும்
மற்றவர்களைச் சேதப்படுத்துவதில்லை;
நேராக இருந்தாலும்
மற்றவர்களை ஆட்டிப்படைப்பதில்லை;
பிரகாசமாக இருந்தாலும்
மற்றவர்களின் கண்களைக் கூச வைப்பதில்லை.

# 59

மக்களை ஆள்வதிலும்
வானகத்துக்குத் தொண்டு செய்வதிலும்
மிதத்தை மட்டுமே ஞானி உபயோகிக்கிறான்.
மிதத்தை ஒட்டி ஒழுகுவதால் மட்டுமே
அவன் ஆரம்பத்திலேயே தாவோவுடன் ஒன்ற
முடிகிறது.
இவ்வாறு ஆரம்பத்திலேயே ஒன்றிச் செல்வது
தீவிரமாக தே யைச் சேகரித்துக்கொள்வது
எனப்படுகிறது.

ஞானி தீவிரமாக தே யைச் சேகரித்துக்கொள்வதால்
அவன் வெல்ல முடியாதது எதுவுமில்லை.
அவன் வெல்ல முடியாதது எதுவுமில்லை என்பதால்
அவனுடைய உன்னத முதன்மையை
எவனும் அறிய முடியாது.
அவனுடைய உன்னத முதன்மையை
எவனும் அறிவதில்லை என்பதால்
ஞானி ஒரு நாட்டைக் கையகப்படுத்திக்கொள்ள
முடியும்.
ஒரு நாட்டைக் கையகப்படுத்திக்கொள்வதில்
ஞானி செய்பவை
அன்னையுடன் ஐக்கியப்படுகின்றன என்பதால்
அவன் நீண்ட காலம் நிலைக்க முடியும்.

அதாவது, ஞானி ஆழமாக வேர்விட்டு இருக்கிறான்;
உறுதியான அடித்தளம் கொண்டு இருக்கிறான்;
எனவே, ஞானி நீண்ட ஆயுளுக்கு வழி அறிவான்;
சாகாமைக்கும் வழி அறிவான்.

## 60

ஒரு பெரிய நாட்டை ஆள வேண்டும்
ஒரு சிறிய மீனைச் சமைப்பது மாதிரி.

உலகம் முழுவதும் தாவோவை ஆட்சி செலுத்த விடு;
அப்போது
ஆவிகள் தங்கள் பேய்ச் சக்திகளைக் காட்டாது.
ஆவிகள் தங்கள் சக்திகளை
இழந்துவிட்டன என்பதல்ல;
அவற்றின் சக்திகள் மக்களுக்குத் தீங்கு செய்யாது;
அவை மக்களுக்குத் தீங்கு செய்யாது;
ஞானியும் மக்களுக்குத் தீங்கு செய்ய மாட்டான்.

ஞானியும் ஆவிகளும்
மக்களுக்குத் தீங்கு செய்யாததால்
இரண்டு சாராருக்கும் தே சொந்தமாகிறது.

# 61

ஒரு பெரிய நாடு என்பது
உலகத்தின் வடிநிலம்,
உலகத்தின் வயல்வெளி,
உலகத்தின் பெண்மை.
பெண்மை ஆண்மையை எப்போதும்
வெல்கிறது, சலனமின்மை என்கிற உபாயத்தால்
தன்னைத் தாழ்த்திக்கொண்டு.

இப்படித்தான் சிறிய நாட்டிடம்
பெரிய நாடு தாழ்ந்துபோகிறது,
அதைக் கைப்பற்றும் முன்.
இப்படித்தான் பெரிய நாட்டிடம்
சிறிய நாடு தாழ்ந்துபோகிறது,
அதைக் கைக்கொள்ளும் முன்.
எனவே, சில தங்களைத் தாழ்த்திக்கொள்கின்றன,
கைப்பற்றுவதற்காக.
எனவே, சில தங்களைத் தாழ்த்திக்கொள்கின்றன,
ஒன்றுதிரட்டுவதற்காக.

ஒரு பெரிய நாடு
நிறைய மக்களைப் பெற்றிருக்க விரும்புகிறது;
அவர்களைத் தன்னிடமே
வைத்துக்கொள்ளவும் விரும்புகிறது;
வேறு எதையும் விரும்புவதில்லை.
ஒரு சிறிய நாடு
நிறைய காரியங்களைச் செய்ய விரும்புகிறது;
வேறு எதையும் விரும்புவதில்லை.
அந்த நாடு தன் விருப்பங்களையும்
இந்த நாடு தன் விருப்பங்களையும்
நிறைவேற்றிக்கொள்ள நினைத்தால்
பெரிய நாடு சிறிய நாட்டிடம்
தன்னைத் தாழ்த்திக்கொள்ள வேண்டும்.

## 62

தாவோ அனைத்திற்கும் மூலாதாரமாக இருக்கிறது;
அது நல்ல மனிதர்களுக்குப் பொக்கிஷமாக
இருக்கிறது,
கெட்ட மனிதர்களுக்கு ஆதரவாக இருக்கிறது.

எனவே, மன்னனை அரியணை ஏற்றும்போதும்,
அமைச்சர்களைப் பதவியில் அமர்த்தும்போதும்,
ரத்தினங்களையும், பிறகு
அவற்றைத் தொடர்ந்து குதிரைகளையும்
பரிசாக அளிக்கிற பலரைவிட
உட்கார்ந்த நிலையில்
தாவோவை எடுத்துச்சொல்கிற ஒருவன் மேல்.

தாவோவை முன்னோர் ஏன் இப்படி மதித்தார்கள்?
தேடினால் அது கிடைக்கிறது என்பதாலும்
அதன் மூலம் பாவிகளை
விடுவிப்பது சுலபம் என்பதாலும் அல்லவா?
இந்தக் காரணத்தால் அது
உலகில் மிகுந்த மதிப்புள்ள விஷயமாகிவிட்டது.

நல்ல சொற்கள் ஒருவனுக்குப் பெருமை
தேடித்தரும்;
நல்ல செயல்கள் ஒருவனுக்கு மதிப்பு பெற்றுத்தரும்.

# 63

செயல்படாமையைச் செயல்படுத்து;
முயற்சியின்மையை முயற்சிசெய்;
சுவையற்றதைச் சுவை.

ஞானி ஆசையின்மைக்கு ஆசைப்படுகிறான்;
அவன் பெறுவதற்குச் சிரமப்படுகிற எதையும்
மதிப்பதில்லை.
ஞானி புலமைக்காக எதையும் கற்பதில்லை;
ஆனால், அவன் மற்றவர் அனுபவங்களைச்
சீர்தூக்கிப்பார்க்கிறான்.
இவ்வாறு
ஞானி அனைத்தையும் இயற்கையாக
வளர விடுகிறான்;
அவன் செயல்படுவதற்குத் துணிவதில்லை.

சிறியதைப் பெரியதாகக் கருது;
சொற்பத்தை ஏராளம் என்று நினை.
எளிதாக இருக்கும்போது
கடினமானதைச் சமாளி;
சிறியதாக இருக்கும்போது
பெரியதைச் சமாளி.

இந்த உலகத்தில் கடினமான விஷயங்கள்
எளிதானவற்றிலிருந்து தொடங்குகின்றன;
இந்த உலகத்தில் பெரிய விஷயங்கள்
சிறியவற்றிலிருந்து தொடங்குகின்றன;
ஒரு மனிதன் கட்டிப்பிடிக்கிற அளவு மரம்
மென்மையான குருத்திலிருந்து கிளம்புகிறது;
ஒன்பது மாடி கோபுரம்
சிறு மண் குவியலிலிருந்து எழும்புகிறது;

ஆயிரம் மைல் பயணம்
காலடி நிலத்திலிருந்து தொடங்குகிறது.
எனவே, பெரிய விஷயங்களை
ஞானி ஒருபோதும் செய்ய முயல்வதில்லை;
அதனால், பெரிய விஷயங்களை
அவன் எப்போதும் சாதிக்க முடிகிறது.

வாக்குறுதிகளை எளிதில் தருகிற மனிதன்
ஒருபோதும் தன் சொல்லைக் காப்பாற்ற மாட்டான்;
பல விஷயங்களை எளிதென்று கருதுகிற மனிதன்
பல இடர்களைச் சந்திப்பான்.
எனவே, விஷயங்கள் அனைத்தையும்
ஞானி கடினமென்று கருதுகிறான்.
அதனால் அவனுக்கு
ஒருபோதும் இடர்கள் ஏற்படுவதில்லை.

## 64

அசையாமலிருப்பதைப் பிடித்துக்கொள்வது எளிது;
முன்கூட்டியே தெரியாமலிருப்பதைத்
திட்டமிடுவது எளிது;
உடையக்கூடியதை நொறுக்குவது எளிது;
நுண்மையானதைப் பரந்து விழச் செய்வது எளிது.

பிரச்சினை எழுவதற்கு முன்பு அதைச் சமாளி;
விஷயங்கள் குழம்புவதற்கு முன்பு அவற்றை
முறைப்படுத்து.

வெற்றியின் விளிம்பிலேயே அடிக்கடி
சாதாரண மக்கள் தோற்றுப்போகிறார்கள்.
முடிவையும் தொடக்கம் மாதிரி கவனித்துக்கொள்;
அப்போது உனக்குத் தோல்வி ஏற்படாது.

## 65

பழங்காலத்தில் நல்ல சாதகர்கள்
மக்களை விழித்தெழச் செய்ய
தாவோவைப் பயன்படுத்தவில்லை;
மாறாக,
அவர்களை எளிமைக்கு மீட்டுவர
அதைப் பயன்படுத்தினார்கள்.

மக்களை ஆள்வது மிகவும் கடினம்;
ஏனென்றால்,
அவர்களிடம் அறிவு நிறைய இருக்கிறது.
எனவே,
அவர்களின் அறிவைப் பெருக்கி
நாட்டை ஆளுவது
நாட்டை அழிப்பதாக இருக்கும்.
எனவே,
அவர்களின் அறிவைக் குறைத்து நாட்டை ஆளுவது
நாட்டைக் காப்பாற்றுவதாக இருக்கும்.
இந்த இரண்டு வழிகளைத் தெரிந்துகொள்வது
லட்சியத்தைத் தெரிந்துகொள்வதாகும்.
லட்சியத்தை எப்போதும் நினைவில் கொள்வது
உன்னத தே யைப் பெற்றிருப்பதாகும்.

உன்னத தே
காண முடியாத
ஆழங்கொண்டது, பரந்தது.
அது
எல்லா விஷயங்களுக்கும்
எதிர்த் திசையில் போகிறது.
எனவே, அது
பரிபூரண அமைதி அடைகிறது.

## 66

உலகத்துக்கு தாவோ இருக்கிற மாதிரி
நதிகளுக்கும் கடல்களுக்கும்
ஓடைகளும் பள்ளத்தாக்குகளும் இருக்கின்றன.
நதிகளும் கடல்களும் பள்ளத்தாக்குகளுக்கு
மன்னர்களாக இருக்க முடியும்.
ஏனென்றால்,
நதிகளும் கடல்களும் பள்ளத்தாக்குகளுக்குத்
தங்களைத் தாழ்த்திக்கொள்ள முடியும்.
இவ்வாறு,
நதிகளும் கடல்களும் பள்ளத்தாக்குகளுக்கு
மன்னர்களாக ஆகின்றன.

எனவே, ஞானி
மக்களுக்கு மேலே இருக்கும் பொருட்டு
அவர்களுக்குக் கீழே இருக்க வேண்டும்,
தன் பேச்சில் எப்போதும்.
எனவே, ஞானி
மக்களுக்கு முன்னாலிருக்கும் பொருட்டு
அவர்களுக்குப் பின்னால் இருக்க வேண்டும்,
தன் உடம்பால் எப்போதும்.
இவ்வாறு, ஞானி
மக்களுக்கு மேலே இருக்கும்போது
அவர்கள் அவன் சுமையை உணர்வதில்லை.
இவ்வாறு, ஞானி
மக்களுக்கு முன்னாலிருக்கும்போது
அவர்கள் அவனைத் தடையாக உணர்வதில்லை.
எனவே, உலகம் அனைத்தும்
அவனை உயர்வாக மதிப்பதில் மகிழ்கிறது;
உலகத்திற்கு அவன் ஒருபோதும் சலிப்பதில்லை.
ஞானி போட்டியிடுவதில்லை என்பதால்
அவனோடு போட்டியிட யாருமில்லை.

# 67

உலகம் அனைத்தும் என்னிடம் சொல்கிறது:
"தாவோ மகத்தானது என்றாலும்
அது எந்த விவரணைக்கும்
பொருந்துவதில்லை" என்று.

மகத்தானது என்பதால்
அது விவரணை எதற்கும் பொருந்துவதில்லை;
விவரணை எதற்காவது பொருந்தியிருந்தால்
அது எப்போதோ சிறுத்துப்போயிருக்கும்.

நான் பத்திரமாகப் பாதுகாத்து வைத்திருக்கிற
மூன்று பொக்கிஷங்கள் என்னிடம் இருக்கின்றன.
முதலாவது, அன்பு எனப்படுகிறது.
இரண்டாவது, மிதம் எனப்படுகிறது.
மூன்றாவது, உலகத்தை முந்திக்கொண்டு
செல்லத் துணியாமை எனப்படுகிறது.

அன்பாக இருப்பதால்
ஒருவன் துணிவோடு இருக்க முடியும்;
மிதமாக இருப்பதால்
ஒருவன் வளமையாக இருக்க முடியும்;
உலகத்தை முந்திக்கொள்ளத் துணியாததால்
ஒருவன் அதிகாரிகளின் தலைவனாக இருக்க
முடியும்.

அன்புக்குப் பதிலாக
மனிதன் துணிச்சலை மட்டுமே பெற்றிருக்கிறான்;
மிதத்துக்குப் பதிலாக
மனிதன் மிகையை மட்டுமே பெற்றிருக்கிறான்;
பின்னால் இருப்பதற்குப் பதிலாக
மனிதன் முந்திக்கொண்டு செல்கிறான்.

இப்படிச் செய்வதெல்லாம்
மனிதனைச் சாவுக்கே அழைத்துச்செல்கின்றன.

ஏனென்றால்,
அன்பின் அடிப்படையில்
போராடுபவன்
போரில் வெற்றி பெறுவான்;
அன்பின் அடிப்படையில்
தன்னைக் காத்துக்கொள்பவன்
பத்திரமாக இருப்பான்.
வானகம் அவனைக் காப்பாற்றும்;
வானகம் அவனை அன்புடன் பாதுகாக்கும்.

## 68

மிகச் சிறந்த போர்வீரன்
வீரத்தனமாக இருப்பதில்லை;
மிகச் சிறந்த போராளி
மூர்க்கத்துடன் இருப்பதில்லை.
மிகச் சிறந்த வெற்றிகளைக் குவிப்பவன்
போரில் பங்குபெறுவதில்லை;
மிகச் சிறந்த முதலாளி
வேலைக்காரர்களுக்குக் கீழே தன்னைத்
தாழ்த்திக்கொள்கிறான்.

இப்படி இருப்பதும் செய்வதும்
போட்டியிடாமையின் பலம் எனப்படுகிறது;
இப்படி இருப்பதும் செய்வதும்
மனிதர்களைப் பயன்படுத்தும் திறம் எனப்படுகிறது;
இப்படி இருப்பதும் செய்வதும்
வானகத்தோடு உறவாடுவதன் மேன்மை
எனப்படுகிறது.

# 69

ஒரு தொன்மையான யுத்த தந்திரி சொன்னான்:
"ஒரு விருந்தோம்பியாக
நான் நடந்துகொள்ளத் துணிய மாட்டேன்;
மாறாக, ஒரு விருந்தாளியாக
நடந்துகொள்ளவே விரும்புகிறேன்" என்று.
"ஒரு அங்குலம்கூட
நான் முன்னேறத் துணிய மாட்டேன்;
மாறாக, ஒரு அடி
நான் பின்வாங்கவே விரும்புகிறேன்" என்று.

இதற்கு என்ன அர்த்தம்?
யுத்த தந்திரி வீரர்களின் அணிகளை
நடத்திச்செல்வதில்லை,
ஏதோ படைப் பிரிவுகளே இல்லாத மாதிரி;
அவன் தன் சட்டையின் கைகளை
உருட்டி மேலேற்றிக்கொள்வதில்லை,
ஏதோ அவனுக்குக் கைகளே இல்லாத மாதிரி;
அவன் எதையும் கைப்பற்றுவதில்லை,
ஏதோ அவனிடம் ஆயுதங்களே இல்லாத மாதிரி;
அவன் போரிடுவதில்லை,
ஏதோ அவனுக்கு எதிரிகளே இல்லாத மாதிரி.

எதிரிகளைத் தாழ்த்தி மதிப்பிடுவதைவிடப்
பெரிய கேடு வேறு எதுவுமில்லை;
எதிரிகளைத் தாழ்த்தி மதிப்பிடும்போது
நம் பொக்கிஷத்தை இழக்கிற தருணத்தில்
இருப்பதாகும்.

எனவே, படைகள் இரண்டும்
களத்தில் மோதும்போது
இரக்கம் உள்ளது
வெற்றி பெறும்.

## 70

சொற்களுக்கு ஒரு மூதாதை உண்டு;
செயல்களுக்கு ஒரு ஆளுநர் உண்டு.
என் சொற்கள் தெரிந்துகொள்ள எளிதானவை;
அவை செயல்படுத்தவும் எளிதானவை.
என்றாலும், மக்கள் எவருக்கும்
என் சொற்கள் தெரியாது.
மேலும், யாரும்
அவற்றைச் செயல்படுத்துவதுமில்லை.
ஏனென்றால், அவர்கள் அறிவைப் பெற்றிருப்பதால்
அவர்கள் என்னை அறிந்துகொள்வதில்லை.
என்னை அறிந்த மக்கள் இல்லை என்பதால்
நான் எல்லாப் பாராட்டுக்கும் அப்பால்
இருக்கிறேன்.

எனவே, ஞானி முரட்டுத்துணியை அணிகிறான்;
ஆனால், உள்ளத்தில் ரத்தினங்களை
வைத்திருக்கிறான்.
அவன் தன்னை அறிந்திருக்கிறான்; என்றாலும்,
தன்னை அவன் பகட்டிக்கொள்வதில்லை.
ஞானி தன்னை நேசிக்கிறான்; என்றாலும்,
தன்னை அவன்
பெரிதாக நினைத்துக்கொள்வதில்லை.

இவ்வாறு ஞானி
பின்னதை விலக்கி
முன்னதை ஏற்கிறான்.

# 71

தனக்குத் தெரியும் என்கிற விஷயம்
ஒருவனுக்குத் தெரியாமல் இருப்பது சிறந்தது;
தனக்குத் தெரியாமல் இருக்கும்போது
தனக்குத் தெரியும் என்று
ஒருவன் நினைப்பது பெரிய நோய்.
அவனுக்கு இந்த நோய் வெறுத்துப்போனால்தான்
அவன் இந்த நோயிலிருந்து விடுபட முடியும்.

ஞானிக்கு இந்த நோய் சலித்துப்போய்விட்டதால்
அவன் ஒருபோதும் நோய்வாய்ப்படுவதில்லை.
எனவே, அவனுக்கு நோய் எதுவும் இல்லை.

## 72

ஆளுகிற அதிகாரத்திடம்
மக்களுக்குப் பயமில்லை என்றால்
இன்னும் அதிக பயத்துடன் இருப்பார்கள்.

மக்களின் வீடுகள் மிகவும் குறுகலாக இல்லை
என்பதை உறுதிப்படுத்திக்கொள்.
மக்களுக்குப் பிழைக்கும் வழிகள்
சொற்பமாக இல்லை
என்பதை உறுதிப்படுத்திக்கொள்.

மக்களின் வீடுகள்
குறுகலாக இல்லை என்றால்தான்
மக்களின் அதிருப்தி ஒரு முடிவுக்கு வரும்.

# 73

சாகசச் செயல்களில்
துணிச்சல் காட்டுகிற மனிதன் அழிவான்;
சாகசச் செயல்களைச் செய்யாமலிருப்பதில்
துணிச்சல் காட்டுகிற மனிதன் வாழ்வான்.
இந்த இரண்டையும் தெரிந்துகொள்வது
ஒன்றிலிருந்து, அதாவது, நன்மையிலிருந்து
மற்றதை, அதாவது, தீமையைப்
பிரித்துப்பார்ப்பதாகும்.
இந்த இரண்டில் ஒன்றை
வானகம் அருவருக்க வேண்டும் என்று
யார் சொல்ல முடியும்?

தாவோ போட்டியிடுவதில்லை;
என்றாலும், அது வெற்றி பெறுகிறது;
அது பேசுவதில்லை;
என்றாலும், அது பதில் தருகிறது;
அது அழைப்பதில்லை;
என்றாலும், அதனிடம் எல்லாம்
தாமாகவே வந்து சேருகின்றன;
பேசுவதில் தாவோவுக்கு நாட்டம் இல்லை;
என்றாலும், அது நிச்சயம் திட்டமிடுகிறது.

வானகத்து வலை விசாலமானது;
அதன் கண்கள் அகலமானவை;
என்றாலும், அதிலிருந்து
எதுவும் தப்புவதில்லை.

## 74

மக்கள் சாவுக்குப் பயப்படாதபோது
மரண தண்டனை என்று சொல்லி
அவர்களைப் பயமுறுத்துவதில் என்ன பயன்?
மக்கள் சாவுக்கு எப்போதும் பயப்படும்போது
சதிசெய்பவர்களைக் கைதுசெய்து
கொன்றுபோட முடிகிற பட்சத்தில்
சதிசெய்ய யார் துணிவார்கள்?

அந்த மகோன்னத மரணாதிபதி மட்டுமே
கொல்கிறான், அதிகாரபூர்வமாக.
அந்த மகோன்னத மரணாதிபதிக்குப் பதிலாக
நானும் கொல்கிறேன் என்பது
தச்சுக் கலைஞனைப் போல்
நானும் வெட்டித்தள்ளுகிறேன் என்பது மாதிரி.
தச்சுக் கலைஞனைப் போல்
நானும் வெட்டித்தள்ளுகிறேன் என்றால்
கையைத் துண்டித்துக்கொள்கிற அபாயத்தை
ஒருவன் தவிர்ப்பது அபூர்வம்.

## 75

மக்கள் பட்டினி கிடக்கிறார்கள்.
அவர்களிடம் கடுமையான வரிகளை
அதிகாரிகள் வசூல் செய்கிறார்கள்.
எனவே, மக்கள் பட்டினி கிடக்கிறார்கள்.

மக்களை ஆள்வது கடினம்.
அவர்களின் விஷயங்களில் அனாவசியமாக
அதிகாரிகள் தலையிடுகிறார்கள்.
எனவே, மக்களை ஆள்வது கடினம்.

மக்கள் சாவைப் பொருட்படுத்துவதில்லை.
மக்கள் வாழ்வைத் தேட முயல்கிறார்கள்.
எனவே, மக்கள் சாவைப் பொருட்படுத்துவதில்லை.

## 76

உயிரோடு இருக்கும்போது மனிதன்
மென்மையாக, மிருதுவாக இருக்கிறான்;
உயிர் போன பிறகு அவன்
கடினமாக, விறைப்பாக இருக்கிறான்.
உயிரோடு இருக்கும்போது
பிராணிகளும் தாவரங்களும்
மென்மையாக, மிருதுவாக இருக்கின்றன;
உயிர் போன பிறகு அவை
வாடி உலர்ந்துபோகின்றன.

எனவே, இவ்வாறு சொல்லப்படுகிறது:
கடினமும் விறைப்பும் சாவின் கூறுகள்;
மென்மையும் மிருதுவும் வாழ்வின் கூறுகள்.
எனவே,
மிகக் கடுமையாக இருக்கும்போது போர்வீரன்
வெற்றி பெற முடியாது;
மிகக் கடினமாக இருக்கும்போது மரம்
முறியாமல் இருக்க முடியாது.
வலியதின், பெரியதின் இடம்
கீழே இருக்கிறது;
மெலியதின், மிருதுவின் இடம்
மேலே இருக்கிறது.

# 77

வானகத்து தாவோ
வில்லை வளைப்பது மாதிரி அல்லவா?
அது,
மேல்பகுதியைத் தாழ்த்தி
கீழ்ப்பகுதியை உயர்த்துகிறது.
அது,
குவிப் பக்கத்தைக் குறைத்து
குழிப் பக்கத்தை நிரப்புகிறது.
அது,
அபரிமிதத்தைக் குறைத்துப்
பற்றாக்குறையை நிரப்புகிறது.

மனித தாவோ
பற்றாக்குறையிலிருந்து எடுத்து
அபரிமிதத்திற்குக் கொடுக்கிறது.
அபரிமிதத்திலிருந்து எடுத்துப்
பற்றாக்குறைக்குக் கொடுக்க
யாரால் முடியும்?
தாவோ மனிதனால்
மட்டும் முடியும்.

எனவே, ஞானி பதுக்கிவைப்பதில்லை.
மற்றவர்களுக்கு
அவன் அதிகம் உதவஉதவ,
தானே அதிக நன்மை பெறுகிறான்;
மற்றவர்களுக்கு
அவன் அதிகம் கொடுக்கக்கொடுக்கத்
தானே அதிகம் பெற்றுக்கொள்கிறான்.

வானகத்து தாவோ
மனிதனுக்கு நன்மை செய்கிறது;

*அது*
ஒருபோதும் தீமை செய்வதில்லை.
ஞானியின் தாவோ
எப்போதும் செயல்படுகிறது;
*அது*
ஒருபோதும் போட்டியிடுவதில்லை.

# 78

இந்த உலகத்தில் மிக மெலியது
மிக வலியதை வெல்ல முடியும்.

வலுவின்மையிலும் நெகிழ்விலும்
நீருக்கு ஒப்பாக எதையும் சொல்ல முடியாது;
என்றாலும்,
வலியதையும், கடினத்தையும் தாக்குவதில்
நீருக்கு நிகராக எதுவும் இல்லை.
ஏனென்றால், நீருக்கு மாற்று எதுவுமில்லை.

இந்த உலகத்தில் மெலியது
வலியதைத் தோற்கடிக்க முடியும்;
நெகிழ்வானது
கடினமானதைத் தோற்கடிக்க முடியும்.
இந்த உண்மை
இந்த உலகம் அனைத்துக்கும் தெரியும்;
என்றாலும்,
இந்த உண்மையை அது கடைப்பிடிப்பதில்லை.

எனவே, ஞானி சொல்கிறான்:

ஒரு நாட்டின் நிந்தனை அனைத்தையும்
தாங்கி நிற்கிற மனிதன்
அந்த நாட்டின் தலைவனாக முடியும்;
ஒரு நாட்டின் பேரழிவுகள் அனைத்தையும்
தாங்கி நிற்கிற மனிதன்
இந்த உலகத்தின் மன்னனாக முடியும்.
இவை உண்மையான வார்த்தைகள்,
முரணாகத் தோன்றினாலும்கூட.

## 79

கடும் வெறுப்புக்கு
அன்பைப் பதிலாகக் காட்டு.
அப்படி இல்லாவிட்டால்
கடும் வெறுப்புடன் சமரசம் செய்துகொள்ளும்போது
சிறிது அதில் நிச்சயம் மிஞ்சும்.
சிறிது இப்படி மிஞ்சுவது
நன்மையில் எப்படி முடியும்?

எனவே, ஒப்பந்தம் என்றால்
ஞானி தன் தரப்பான
இடது பாதியை நிறைவேற்றுகிறான்.
என்றாலும், மற்ற தரப்பினர் செய்ய வேண்டியதை
அவன் நிர்ப்பந்தப்படுத்துவதில்லை.

தே உடைய மனிதன்
இணக்கத்தை நாடுகிறான்;
தே அற்ற மனிதன்
நிர்ப்பந்தத்தை நாடுகிறான்.

"வானகத்து தாவோ
பாரபட்சம் காட்டுவதில்லை;
வானகத்து தாவோ
எப்போதும் நல்ல மனிதருடன் இருக்கிறது."

# 80

அதிக மக்கள் இல்லாத சிறிய நாடு ஒன்று
இங்கே இருப்பதாக வைத்துக்கொள்வோம்.

அங்கே பல மரக்கலங்கள் இருந்தபோதிலும்
மக்கள் அவற்றைப் பயன்படுத்த விட மாட்டேன்.
சாவைப் பெரிய விஷயமாக நினைக்க வைத்து
அவர்கள் நீண்ட தூரம் போகாமலிருக்கச் செய்வேன்.
படகு, வாகனங்கள் வைத்திருந்தபோதிலும்
அவர்கள் அவற்றில் பயணம் செய்ய மாட்டார்கள்.
கவசம், ஆயுதங்கள் வைத்திருந்தபோதிலும்
அவர்கள் அவற்றை வெளியில் காட்ட மாட்டார்கள்.
எழுதுவதற்குப் பதிலாகக் கயிற்றில் முடிச்சுப்
போடுவதை
மீண்டும் புழக்கத்திற்குக் கொண்டுவருவேன்.

மக்கள் தங்கள் உணவில் திருப்தி அடைவார்கள்;
தங்கள் ஆடையில் குதூகலப்படுவார்கள்;
தங்கள் வீடுகளில் சுகமாக இருப்பார்கள்;
தங்கள் பழக்கவழக்கங்களில் மகிழ்ச்சி
கொள்வார்கள்;
பார்வைக்கு எட்டும் தூரத்தில்
பக்கத்து நாடுகள் இருந்தபோதிலும்,
கோழிகளின் கூவலும் நாய்களின் குரைப்பும்
காதுக்கு எட்டும் தூரத்தில் இருந்தபோதிலும்,
அந்தச் சிறிய நாட்டு மக்கள்
தங்கள் வாழ்நாள் முழுவதும்
பக்கத்து நாடுகளுக்குப் போக மாட்டார்கள்.

## 81

எவனொருவன் அறிந்தவனோ
அவன் பேசுவதில்லை;
எவனொருவன் பேசுகிறானோ
அவன் அறியாதவன்.
எவனொருவன் உண்மையானவனோ
அவன் பகட்டுவதில்லை;
எவனொருவன் பகட்டுகிறானோ
அவன் உண்மையானவனில்லை.
எவனொருவன் தே உடையவனோ
அவன் வாதாடுவதில்லை;
எவனொருவன் வாதாடுகிறானோ
அவன் தே உடையவனில்லை.
எவனொருவன் பண்டிதனோ
அவன் ஞானி இல்லை;
எவனொருவன் ஞானியோ
அவன் பண்டிதனில்லை.

எனவே, ஞானி பகட்டுவதில்லை,
தன் நற்பணிகளை.

# குறிப்புகள்

- இந்த நூலில் ட்சூ தா காவோ சில அல்லது பல அடிகளை அத்தியாயங்களில் முன்னும் பின்னும் மாற்றியிருக்கிறார், தொடர்பு கருதி. இந்த மாற்றங்கள் இங்கே குறிப்பிடப் படவில்லை.
- ஒருவர் கூறிய விஷயம் என்றால், அது அவ்வாறு குறிப் பிடப்பட்டிருக்கும்; மற்றவை பலரிடமிருந்து திரட்டித் தொகுக்கப்பட்டவை.

***1***

***இருத்தலின்மை:*** *அது வெறுமை அல்லது சூன்யம் என்ப தற்குச் சமமானது அல்ல; மாறாக, தோற்றம் கொள்வதற்கு முன் இருத்தலின் நிலை அது.*

***ட்சூ தா காவோ, ப.115***

***2***

***பின்னது முன்னதைத் தொடர்கிறது:*** *ஒரு வளையத்தில் எந்தப் புள்ளியை எடுத்துக்கொண்டாலும் அது முன்னும் பின்னும் வருகிறது. தொடக்கப் புள்ளி எது என்று தெரிவு செய்வதைப் பொறுத்தது.*

***டி. சி. லாவ், ப.58***

***3***

***மனங்களைக் ... நிரப்பியும்:*** *மனத்தில் இருக்கிற சிந் தனைகளை நீக்கிவிட்டு, கவனத்தை வயிற்றில் அல்லது சரீர மையத்தில் பதிப்பது ஒரு தொடக்க நிலைப் பயிற்சியைச் சுட்டுவதாகச் சில தாவோ யோகிகள் கருதுகின்றனர். பொதுவாக, அது ஆத்மாவைத் தூய்மைப்படுத்துவதையும் சக்தியைச் சேகரிப்பதையும் குறிப்பதாகப் புரிந்துகொள்ளப் படுகிறது.*

***தா. கிளியரி, ப.134***

***5***

***வைக்கோல் நாய்:*** *பலியாகத் தரப்பட்ட நிஜ நாய்க்குப் பதிலாக, சிக்கனம் கருதி, வைக்கோலால் செய்யப்படுகிற*

உருவம். பட்டுத் துணியில் சுற்றிப் பாதுகாக்கப்பட்டு, பிறகு உரிய சடங்குகளுடன் பலி தரப்படுகிறது. ஆனால், கடைசியில் அது தூக்கி எறியப்பட்டு, மிதிபட்டு, அப்புறப்படுத்தப்பட்டு, எரிக்கப்படுகிறது.

**ட்சூ தா காவோ, ப.116**

## *11*

இந்த அதிகாரம் வெறும் தத்துவம் அல்ல. இது பிரக்ஞையை ஒரு வகையிலிருந்து மற்றொரு வகைக்கு மாற்றப் பயன்படுகிற ஒரு நடைமுறைப் பயிற்சியின் சுருக்கமான வர்ணனை. 'இருத்தல்' என்பது வெளிப்படுத்தப்பட்ட செயல்பாடு; 'இருத்தலின்மை' என்பது மறைந்து கிடக்கிற செயல்பாட்டுக்கான ஆற்றல். 'இருத்தல்' என்பது மனிதனின் பகுத்தறியும் வகை; 'இருத்தலின்மை' என்பது உள்ளுணரும் வகை. 'ஆரக்கால்' முதலியவை உருவ உலகத்தைச் சித்தரிக்கின்றன; 'காலிப் பகுதி' வெற்றுவெளி மாதிரியான பிரக்ஞையைச் சித்தரிக்கிறது.

**தா. கிளியரி, ப.138**

## *12*

**ஐந்து நிறங்கள் ... :** பழைமையான இயற்பியல் இந்தப் பிரபஞ்சத்தில் இருக்கிற அனைத்தையும் ஐந்து வகைகளாகப் பிரிக்கிறது. நீலம், மஞ்சள், சிவப்பு, வெள்ளை, கறுப்பு என்று நிறங்கள் ஐந்து; do, re, mi, sol, la என்று சப்தங்கள் (அதாவது, இசையில் ஸ்வரங்கள்) ஐந்து; இனிப்பு, துவர்ப்பு, கசப்பு, கார்ப்பு, உவர்ப்பு என்று சுவைகள் ஐந்து.

**ட்சூ தா காவோ, ப.117**

கலையில், இசையில், உணவில் உரிய இடம்பெற்றுள்ள நிறங்கள், ஸ்வரங்கள், சுவைகள் யாவும் மேம்போக்கான வெறும் புலனுணர்ச்சியில் திளைத்துவிடுகிற பொழுதுபோக்கு வக்கிரங்களாகின்றன. பந்தயமும் வேட்டையும் வாழும் வழிக்கான முயற்சியையும் போராட்டத்தையும் குறிக்கின்றன; என்றாலும், இங்கே பேராசை குறுக்கிட்டு நாசப்படுத்தி, வாழ்க்கையை ஒரு போட்டிக்களமாக ஆக்கிவிடுகிறது.

**தா. கிளியரி, ப.138**

***வயிறு, கண்:*** இங்கே 'வயிறு' என்பது உள்ளே இருப்பது, உட்புறம். 'கண்', காட்சிகளைக் காண்பது, வெளிப்புறம். எனவே, ஞானி 'கண்'ணை விலக்கி, 'வயிற்றை' தெரிவு செய்கிறான்.

***ஆ. வேலி, ப.12***

***19***

***புலமையைக் கைவிடு:*** புலமை என்பது, குறிப்பாக, பண்பாட்டு நடத்தைக்கான நியதிகள் ***3300***ஐயும் கற்றுக் கொள்வது. எடுத்துக்காட்டாக, ஆமாம் என்பதற்கான முறைசார்ந்த மற்றும் சாதாரணச் சொற்களான வே (wei) மற்றும் ஓ(o)வைச் சரியான முறையில் பயன்படுத்தக் கற்றுக்கொள்வது.

***ஆ. வேலி, ப.20***

***20***

***பெரிய விருந்தை ... மாதிரி:*** தாய் லாவோ (tai lao) என்கிற மிகவும் பிரம்மாண்டமான விருந்து. எருது, ஆடு, பன்றி என்ற மூன்று வகையான விலங்குகளின் இறைச்சி இடம் பெறும் விருந்து.

***டி. சி. லாவ், ப.77***

***31***

***வீட்டில் இடது ... ஆக்கிக்கொள்கிறான்:*** பெருமை என்பது சடங்கு சம்பந்தப்பட்ட விஷயம். இடது என்றால் நல்ல சகுனம்; ஆக்கல் தொழில். வலது என்றால் கெட்ட சகுனம்; அழித்தல் தொழில். எனவே, வீடு போன்ற இடங்களில் இடப் பக்கமும், போர்க்களத்தில், ராணுவக் காரியங்களில் வலப் பக்கமும் தெரிவுசெய்யப்படுகின்றன.

***லின் யூதாங், ப.167***

***36***

முதல் பகுதி: விரிப்பது, வலுப்படுத்துவது ... இவை அனைத்தும் தாவோவுக்கு எதிரானவை. இவற்றைப் பெறுகிறவர்கள் எச்சரிக்கையாக இருக்க வேண்டும்.

***ட்சூ தா காவோ, ப.121***

*இறுதிப் பகுதி: மீன் என்பது அரசருக்கு உரிய குறியீடு; கடல் என்பது அதிகாரத்திற்கு உரிய குறியீடு. பரிசும் தண்டனையும் அதிகாரத்தின் இரண்டு ஆயுதங்கள் ஆகும். இவை, வெளியில் காட்டப்படக் கூடாது; காட்டப்படுமானால், மற்றவர்கள் அவற்றைத் தங்களுடைய அதிகாரத்திற்கான ஆதாரமாகப் பயன்படுத்திக்கொள்ள முடியும்.*

***டி. சி. லாவ், ப.95***

***38***

***உயர்ந்த கருணை ... தோன்றுகிறது:*** *கருணை, நியாயம், சடங்குகள், இசை ஆகிய நான்கும் கன்பூசியஸின் அடிப்படைக் கருத்துகள் எனலாம். இவற்றைத் தத்துவ ஞானிகள் தீவிரமாக வளர்த்ததால் தாவோ சீர்கெடத் தொடங்கியது.*

***லின் யூதாங், ப.200***

***39***

***ஆத்மா ... பள்ளத்தாக்கு:*** *ஆத்மா ஆண்மையையும் பள்ளத்தாக்கு பெண்மையையும் குறிக்கின்றன.*

***ட்சூ தா காவோ, ப.122***

***42***

***தாவோ ஒன்றைப் ... பெற்றெடுக்கிறது:*** *தாவோ என்பது 'தாவோ' என்று லாவோ ட்சு பெயரிட்ட இருத்தலின்மை; ஒன்று என்பது இருத்தல்; இரண்டு என்பது யின், யாங் என்கிற எதிரிடைகள்; மூன்று என்பது ஷென் (ஆத்மா), சீ (சுவாசம்), ஜிங் (உயிர்ச் சக்தி) என்கிற மூன்று கூறுகள்; அனைத்தும் என்பது வானகம் முதல் பொருள்கள்வரை யாவும்.*

***நிழல், ஒளி, சூட்சும சுவாசம்:*** *யின், யாங், சீ.*

***50***

*தங்களைப் பேணி வளர்த்துக்கொள்ளும் பொருட்டு உயிர்ச் சக்திகளைப் பிழிந்தெடுப்பதற்காகப் பொருள்களைப் பயன்படுத்துகிற மனிதர்கள் வாழ்வைப் பின்பற்றுகிறவர்கள். புலன்களின் தாக்கங்களினால் தங்களைக் காலியாக்கிக் கொள்கிற மனிதர்கள் சாவைப் பின்பற்றுகிறவர்கள்.*

மேலும், எப்படிச் செயல்படுவது என்பதை அறிந்து, ஆனால், எப்படி நிறுத்துவது என்பதை அறியாமலும், எப்படிப் பேசுவது என்பதை அறிந்து, ஆனால், எப்படி மௌனமாக இருப்பது என்பதை அறியாமலும், எப்படிச் சிந்திப்பது என்பதை அறிந்து, ஆனால், எப்படி மறப்பது என்பதை அறியாமலும், சோர்வை நோக்கிச் செல்வது. இவைதான் சாவின் காரணங்கள் என்கிறார் ஸு சே (Su Che).

***தா. கிளியரி, ப.154***

**54**

ஒருவனுக்கு ஒரு பொருளின் தாவோ கிடைத்துவிட்டால், அவன் அதைக் கட்டுப்படுத்த முடியும் என்கிற கோட்பாடு சீனத் தத்துவத்தின் எல்லாத் துறைகளிலும் காணப் படுகிறது.

***ஆ. வேலி, ப.57***

**67**

***தாவோ மகத்தானது ... என்று:*** தாவோவின் உருவம் எது மாதிரியும் இல்லை என்று.

***ட்சூ தா காவோ, ப.95***

***மூன்று பொக்கிஷங்கள்:*** லாவோ ட்சு போதனையில் நடைமுறைக்கும் அரசியலுக்கும் உரிய பரிமாணத்தை உருவாக்கிய மூன்று: *(1)* ஆக்கிரமிப்புக்கான போரையும் மரண தண்டனையையும் தவிர்ப்பது; *(2)* முற்றிலும் எளிமையாக வாழ்வது; *(3)* தீவிர அதிகாரத்தை வற்புறுத்த மறுப்பது.

***ஆ. வேலி, ப.71***

**69**

***ஒரு விருந்தோம்பியாக ... விரும்புகிறேன்:*** விருந் தோம்புதலில் எதையும் முதலில் தொடங்குபவர் விருந் தோம்பி. அதற்குத் தக்கவாறு நடப்பவர் விருந்தாளி. எனவே, யுத்த தந்திரத்தில், தாக்குவது விருந்தோம்பி; தற்காப்புச் செய்துகொள்வது விருந்தாளி.

***ட்சூ தா காவோ, ப.125***

*பொக்கிஷத்தை:* அதாவது, அன்பை.

ட்சூ தா காவோ, ப.97

**72**

*வீடுகள் ... உறுதிப்படுத்திக்கொள்:* அதாவது, மக்களைச் சிறையில் அடைக்காதே.

ஆ. வேலி, ப.76

*பிழைக்கும் ... உறுதிப்படுத்திக்கொள்:* அதாவது, அதிக, பெரிய வரிச்சுமை மற்றும் அது மாதிரியானவை. பார்க்க: அதிகாரம் 75.

ஆ. வேலி, ப.76

**78**

*ஒரு நாட்டின் ... மன்னனாக முடியும்:* குற்றத்தை ஏற்றுக்கொள்வது தலைமைக்குரிய ஒரு முன்நிபந்தனை என்கிற ஒரு பொதுவான நம்பிக்கை தொன்மைக் காலச் சீனாவிலும், மேற்கு ஆசியாவிலும், ஐரோப்பாவிலும் இருந்தது.

ரி. வில்ஹெல்ம், ப. 141

## கலைச்சொற்கள்

இந்த நூலில் வந்திருக்கிற கலைச்சொற்களைப் பல வகைகளில் பிரித்துப்பார்க்க முடியும்.

முதலாவது, மொழிபெயர்க்கப்படாமல் அப்படியே வருகிற சொற்கள். அறம், தர்மம், கற்பு மாதிரியான சொற்களை, எடுத்துக்காட்டாக, ஆங்கிலத்தில் சரியாகச் சொல்ல முடியாத காரணத்தால் அவற்றை அப்படியே பயன்படுத்துகிற மாதிரி, தாவோ, தே, ஜிங் அப்படியே தரப்படுகின்றன.

இரண்டாவது, மொழிபெயர்க்கப்பட்டிருக்கிற சொற்கள். வானம், பள்ளத்தாக்கு, பிரபஞ்சம் என்று ஸ்தூலப் பொருள்களைக் குறிக்கிற சொற்களும், இருத்தல், ஞானம், அமைதி முதலிய கருத்துகளைக் குறிக்கிற சொற்களும் மொழி பெயர்க்கப்பட்டிருக்கின்றன. இரண்டாவது வகையில், சில சொற்கள் இல்லாமல் மொழிபெயர்க்க முடியாது. உணர்ச்சி, அறிவு, பெண், மனிதன், தான், ஆத்மா, சுயம், ஆவி முதலியவையும் மொழிபெயர்க்கப்பட்டிருக்கின்றன.

அதிகப் பரிச்சயமான, ஆனால் தவறாகப் புரிந்துகொள்ளப்படக்கூடிய சொற்கள் விலக்கப்பட்டன. சூன்யம், பிராணன், அருவமான, சாந்தி முதலியவற்றுக்குப் பதிலாக, வெறுமை, சுவாசம், உருவமற்ற, அமைதி முதலியவை தேர்ந்தெடுக்கப்பட்டிருக்கின்றன.

சீனக் கருத்துகளுக்குத் தக்க மாதிரி, இருத்தலின்மை, செயல்படாமை போன்ற சில தொடர்களும் பயன்படுத்தப்பட்டிருக்கின்றன.

### தாவோ

தாவோ பொருண்மையான ஏதோ ஒன்று அல்ல; ஆத்மீகமான ஏதோ ஒன்றும் அல்ல; ஆனால், அதிலிருந்து தான் அர்த்தம் அனைத்தும் வெளிவருகின்றன. தாவோ தன் திசையைத் தானே அளித்துக்கொள்கிறது; மற்றவை ஒவ்வொன்றும் தமக்கு வெளியில் இருக்கிற ஏதோ ஒன்றிலிருந்து தம் அர்த்தத்தைப் பெறுகின்றன. மனிதன்

வையகத்திலிருந்து பெறுகிறான்; வையகம் வானகத்திலிருந்து பெற, வானகம் தாவோவிலிருந்து பெறுகிறது.

லாவோ ட்சுவும் இயற்கையின் போக்கைத் தற்செயலானது என்றோ, கட்டுக்கடங்காதது, ஒழுங்கற்றது என்றோ கருதவில்லை. 'மாற்றம் பற்றிய நூல்' என்று பொருள்படுகிற இ ஜிங், (I Ching) என்கிற பழமையான மூலாதார ஆத்மீகப் புத்தகத்திலிருந்து, உலகத்தின் சாரம் என்பது அசைவற்ற அல்லது இயந்திரத்தனமான நிலையில் இல்லை என்ற முடிவுக்கு அவர் வந்திருந்தார். உலகம் தொடர்ச்சியான மாற்றத்தையும் உருமாற்றத்தையும் அடைகிறது. இருப்பது அனைத்தும், இருக்கிறது என்கிற ஒரே காரணத்தினால், மரணத்திற்குக் கீழ்ப்படிந்து இருக்கின்றன. காரணம், பிறப்பும் இறப்பும் எதிரிடைகள் அல்ல. அவை பிரிக்க முடியாதவாறு ஒன்றோடு ஒன்று இணைந்திருக்கின்றன. புலக்காட்சி உலகம் முழுவதும் எதிரிடையாக இருக்கிற விசைகளின் மீது அமைந்திருக்கிறது; 'யாங்' (yang), 'யின்' (yin) ஆகிய இரண்டும் 'படைப்புத் திறம் உடையது'. 'ஏற்புத் திறம் உடையது', 'உடன்பாடு' 'எதிர்மறை' முதலிய எதிரிடைகள். இவை யாவும் மாற்றத்தையும் உருமாற்றத்தையும் விளைவிக்கிற, எதிரும்புதிருமான துருவ விசைகளின் எடுத்துக்காட்டுகள். இந்த விசைகளும்கூட இடைவிடாத மாற்றப் போக்கில் இருக்கின்றன என்று இ ஜிங் உணர்த்துகிறது. ஒன்று என்பது பிரிந்து இரண்டு என்று ஆகிறது; இந்த இரண்டும் மூன்று ஆகின்றன. எனவே, லாவோ ட்சு சொல்கிறார்: ஒன்று, யின், யாங் என்கிற இரண்டு—ஐப் படைக்கிறது; இரண்டு, ஷென் (ஆத்மா), சீ (சுவாசம்), ஜிங் (உயிர்ச்சக்தி) என்கிற மூன்று—ஐப் படைக்கிறது; மூன்று அனைத்தையும் படைக்கிறது என்று.

தன் உலகப் பார்வைக்காக ஒரு அடிப்படைத் தத்துவத்தை லாவோ ட்சு தேடினார். அவருக்கு உன்னதமான, இறுதி முடிவு என்பது ஆளுமைக்கு அப்பாற்பட்டது; உற்று நோக்கக்கூடிய, வரையறுக்கக்கூடிய இருத்தலுக்கும் அப்பாற்பட்டது. அது 'ஏதோ ஒரு விஷயம்' அல்ல; 'விஷயங்க'ளுக்கு இணையாகவோ மேலேயோ இருப்பது அல்ல. அது வெறுமையும் அல்ல; மாறாக, அது மனிதச்

சிந்தனை வடிவங்கள் அனைத்திலிருந்தும் நழுவிச்செல்கிற ஒரு விஷயம். 'அது' பெயர் எதுவும் இல்லாதது. பெயர்கள் அனுபவங்களிலிருந்து வருகின்றன; ஆனால் 'அது' அனுபவங்கள் அனைத்தையும் சாத்தியமாக்குகிறது. அதை அவர் 'தாவோ' என்கிறார்; 'உன்னதமானது' என்றார்.

தாவோ, தானே தோன்றிய, எங்கும் நிறைந்த, நிரந்தரப் பிரபஞ்ச ஏகம்; படைப்புகள் அனைத்தின் மூலாதாரம்; அதாவது, வானக, வையகத்தின் தொடக்கம்; காலம், இடம் சார்ந்த இருத்தலின் தொடக்கம்; மூதாதை, அன்னை; அதே சமயம், அவை அனைத்தும் திரும்பிச் சென்றடைகிற முடிவு.

தாவோ, வெறும் 'வெறுமை' அல்ல; வெறுமையிலிருந்து எதுவும் வராது. தாவோ காலம் சார்ந்ததும் இடம் சார்ந்ததும் இல்லை; என்றாலும், இந்த அ-காலமானது, அ-இடமானது தன்னிடத்தில் எவ்வாறோ பன்மையை, அபரிமிதத்தை உள்ளடக்கியிருக்கிறது. படிமங்களையும் வடிவங்களையும் உள்ளடக்கியிருக்கிறது. ஆனால், வடிவமும் உள்ளடக்கமும் இல்லாமல், அது அங்கே இருப்பது மாதிரி தோன்றுகிறது; ஆனால் உடனே அது இருத்தலின்மையில் அடங்கிப் போகிறது.

எனவே, தாவோ பற்றி உடன்பாடானதாக எதுவும் சொல்ல முடியாது. உடன்பாடான கூற்று ஒவ்வொன்றும் தவறு; காரணம், அது உடன்பாட்டுக்கும் எதிர்மறைக்கும் அப்பால் இருக்கிறது. ஆமாம் என்பதற்கும் இல்லை என்பதற்கும் அப்பால் இருக்கிறது. எனவேதான் லாவோ ட்சு, தாவோ பற்றிப் பேசும்போது, 'தோன்றுகிறது', 'என்று கருதப் படுகிறது', 'என்கிற மாதிரி இருக்கிறது' போன்றவற்றைப் பயன்படுத்துகிறார்.

தாவோ ஒரு கருத்து அல்ல; ஆய்வுக்கான ஒரு பொருளும் அல்ல. எனவே, தாவோவுக்கான வழி அறிவுக்கான பாதை அல்ல. அது உயிர்த்திருக்கிற அனைத்திற்கும் ஒரு அர்த்தத்தை, முக்கியத்துவத்தை, பொருளை அளிக்கிறது. இவ்வாறு அளித்து, அனைத்தையும் தோற்றம் கொள்ளச் செய்கிறது. அது அனைத்தையும் உருவாக்குகிறது; ஆனால், அது படைப்புத் திறனையும்கூடப் படைப்பதால், அது ஒரு போதும் புலக்காட்சி உலகத்திற்குள் புலப்படுவதில்லை.

## தே

முதல் அதிகாரத்தில் 'எடுத்துச் சொல்லக்கூடிய தாவோ நிரந்தர தாவோ இல்லை' என்று வருகிறது. இந்த மாதிரியே தே பற்றியும் சொல்லிவிடலாம்: எடுத்துச் சொல்லக்கூடிய தே, நிரந்தர தே இல்லை. காரணம், எடுத்துச் சொல்லப்படுகிற தே, நிரந்தர தே யில் அடங்கும். ஆனால், நிரந்தர தே அதைவிடப் பெரியது. முழுவதும் சிக்காது.

தே என்பது ஒரு விதையில் புதைந்திருக்கிற முளை மாதிரி. முளைப்பது, விதையின் தே; அசைவது, காற்றின் தே; காண்பது, கண்ணின் தே; விழிப்பாயிருப்பது பிரக்ஞையின் தே. பயிலாமல், பயிற்சி செய்யாமல் வருகிற தே, செயல்படாமல் செய்கிற விஷயம், திறம். இதற்கு சுவாங் ட்சு (Chuang Tzu) கதை ஒன்று உண்டு.

> "என்ன மர்மம் வைத்திருக்கிறாய் உன் கலையில்?" என்று இளவரசர் கேட்டார், தச்சுக் கலைஞர் செய்த மரவேலையைக்கண்டு அதிசயித்து.
>
> "மர்மம் எதுவும் இல்லை, இளவரசே" என்றார் அந்தக் கலைஞர். "என்றாலும், அதில் ஒரு விஷயம் இருக்கிறது. ஒரு வேலையைத் தொடங்குகிற சமயத்தில் என் உயிர்ச்சக்தி குறையாமல் பாதுகாத்துக்கொள்கிறேன். முதலில் என் மனத்தை நிர்ச்சலனமாக்கிக்கொள்கிறேன். அந்த நிலையில் மூன்று நாள்; அப்போது, எனக்குக் கிடைக்கக்கூடிய எந்த லாபமும் மறந்துபோகிறது. அப்படி ஐந்து நாள்; அப்போது, எனக்குக் கிடைக்கக்கூடிய எந்தப் பரிசும் மறந்துபோகிறது. ஏழு நாள்; என் நான்கு கை கால்களும் சரீரமும் மறந்துபோகிறது. பிறகு, அரசவை பற்றிய எந்த நினைப்பும் இல்லாமல், என் திறமை ஒருமுகப்படுகிறது; வெளிப்புறத்திலிருந்து வந்து குறுக்கிடுகிற அம்சங்கள் மறைந்துபோகின்றன... நான் மலையிலிருக்கிற ஏதோ ஒரு காட்டுக்குள் நுழைகிறேன். தகுந்த மரத்தைத் தேடுகிறேன். தேவைப்படுகிற உருவம் அதில் இருக்கிறது. அந்த உருவத்துக்குப் பிறகு கலைப் பூச்சுக் கொடுத்துக்கொள்ளலாம். முடிந்த நிலையில்

இருக்கிற உருவத்தை என் மனக்கண்ணால் காண்கிறேன்; பிறகு, வேலையைத் தொடங்குகிறேன். அதைத் தவிர வேறு எதுவும் இல்லை.''

இது செயல்படாமைக்கும்கூடப் பொருந்தும்.

'கவராயம் (compass)' இல்லாமல் ஒரு பரிபூரண வட்டம் வரைவது அசாத்தியம், மிகவும் கவனமாக, கோட்டு வரைபடக் கலையின் நியதிகளை நினைவுகூர்ந்து முயன்றாலும் சரி. ஒரு ஜென் (Zen) அல்லது சான் (Chan) குரு அப்படி வரைவார்; அல்லது ஒரு வடிவகணித வகுப்பில், போகிற போக்கில் அப்படி வரைகிற ஆசிரியரும் உண்டு.

இரண்டுமே, தூங்குகிற குளத்து நீரில் அலையையும் அசைவையும் எழுப்பாமல் இறங்கும் ரகசியம்தான்.

## தாவோயிசம்

தாவோயிசம் என்பது பௌத்தம் முதலியவை மாதிரி தனிமனித ஞானத்தின் விளைவு அல்ல. மாறாக, பல காலகட்டங்களில் பல தலைமுறைகளின் தேடலில் கிடைத்த விஷயம்.

தாவோவின் முழுமுதல் இயல்பு மனித அறிவுக்கும் கற்பனைக்கும் அப்பாற்பட்டது என்று உணர்ந்து, பலவாறு பலர், அதன் சுவடுகளைத் தங்களின் வெளிப்புறத்தில் இருக்கிற உலகிலும் சமூகத் தளத்திலும் மன உலகத்திலும் ஏற்படுகிற நிகழ்வுக் கோலங்களில் காண முடியும் என்று தேடினார்கள். அப்போது தாவோவின் வீச்சு அவர்களுக்கு எண்ணற்ற அறிவுத் துறைகளிலும் அனுபவத் தளங்களிலும் ஆராய்ச்சி செய்ய வழிகாட்டியது. மருத்துவம் என்று சிலர், மூலிகை ரகசியம் என்று சிலர், கோளும் விண்மீனும் என்று சிலர், ரசவாதம் என்று சிலர் ... தேடிச் சென்றார்கள்.

ஆனால், தாவோவின் சாராம்சத்தில் ஆர்வம் கொண்டவர்களின் கவனம் தனிமனித நலம், சமூக இணக்கம், பிரக்ஞையின் பரிணாம வளர்ச்சி என்கிற மூன்று விஷயங்களில் சென்றது. இவை மூன்றும் மனித வளர்ச்சிக்கான அடித்தளத்தையும், அறிவியல் துறைகளுக்கான வழி

காட்டியையும் உருவாக்குவதாக அவர்கள் நம்பி, அதற்குத் தக்கவாறு செயல்பட்டார்கள். அவர்கள் தங்களுடைய தேடலின் பக்கவிளைவுகளாகக் கிடைத்த 'முன்னறிவு', 'ஞானதிருஷ்டி' முதலிய சித்திகளைப் பற்றிக் கவலைப் படாமல், உண்மையான ஞானத்தைத் தேடிச் சென்றார்கள். இவர்கள் தங்களுக்குக் கிடைத்த ரகசியத்தை மறைக்க விரும்பவில்லை; பறைசாற்றவும் விரும்பவில்லை. எனவே, நயமாகப் பரப்ப விரும்பினார்கள்.

அந்த விருப்பத்தின் முக்கிய விளைவு லாவோ ட்சு எழுதிய 'தாவோ தே ஜிங்'. மற்றொன்று, சுவாங் ட்சு எழுதிய, அவர் பெயரையே கொண்ட 'சுவாங் ட்சு' என்ற நூல்.

### செயல்படாமை

'வே' என்றால் செய்வது, செயல்படுவது (மற்றும் இடத்தைப் பொறுத்து வேறு வினையாகவும் வரும்); 'வூ' என்பது எதிர்மறை முன்னொட்டு. எனவே, 'வூ–வே' என்றால் 'செய்யாமல்' அல்லது 'செயல்படாமல்' இருப்பது.

வூ–வே இரண்டு வழிகளில் பார்க்கப்படுகிறது.

ஒன்று, குறைந்தபட்ச முயற்சியுடன் சரியான சமயத்தில் இயல்பாகச் செயல்படுவது; அனிச்சைச் செயல் மாதிரி. லாவோ ட்சு வின் உவமைகளில் சொன்னால், நீர் புவிஈர்ப்பு விசையோடு சென்று, வளத்தைச் சேர்ப்பது மாதிரி; கைக் குழந்தை ஒரு விரலை நீட்டி அல்லது ஒரு பார்வையை ஓட்டிக் காரியங்களைச் சாதித்துக்கொள்கிற மாதிரி.

இதற்கு ஜப்பானியத் தற்காப்பு முறையான ஜூடோ (judo) என்கிற, எதிரியை அவனுடைய தாக்குதலின் விசையைக் கொண்டே தன் குறைந்தபட்ச முயற்சியுடன் வீழ்த்துகிற, கலை நல்ல எடுத்துக்காட்டு.

இரண்டு, சலனமின்றி அமைதியாக இருந்து, 'அது' செயல் பட விடுவது.

இதற்கு ஃபான் துர்ஹைம் தன்னுடைய 'ஹர' என்கிற நூலில் ஒரு நிகழ்ச்சியைச் சுட்டிக்காட்டுகிறார். சீடர்கள் மூச்சுத் திணறி, நாணேற்ற முடியாமல் அவஸ்தைப்படும் வில்லை

அவர்களுடைய ஜென் குரு நாணேற்றி, எய்வதற்குத் தயாராக இருக்கிறார். ஒவ்வொரு சீடராகச் சென்று குருவின் முண்டாத் தசையை அழுத்திப்பார்க்க, அது விண்ணென்று இல்லாமல் நெகிழ்வாக இருக்கிறது. அந்த குரு, 'ஹர' வைத் தங்குதடையின்றிச் செயல்பட விட்டிருக் கிறார், அவ்வளவுதான்.

மற்றொரு விஷயம், வூ–வே யைப் பழக முடியாது, அன்பைப் பழக முடியாத மாதிரி. பழகுகிற வூ–வே என்பது ஒரு முரண் தொடர். சுவாங்ட்சு வின் வார்த்தைகளில், அது 'தம்பட்டம் அடித்தபடி குற்றவாளியைத் தேடுகிற' விஷயம். லாவோ ட்சு பாணியில் சொன்னால், உன்னத வூ–வே என்பது வூ–வே யை நோக்கமாகக் கொள்வதில்லை; எனவே, அது உண்மையான வூ–வே.

### ஞானி

(ஞானத்தின் குரலை) உற்றுக் கேட்பதும், கேட்பதைக் கூறுவதும் என்கிற அர்த்தம் உடைய, 'புனிதமான மனிதன்', 'ஞானவான்' என்ற பொருளில் இச்சொல் பயன்படுத்தப் படுகிறது.

ஞானியைப் பற்றிய ஒரு கதை உண்டு:

> ஒரு நாள் ஒரு வழிப்போக்கன் ஒரு ஞானியைச் சந்தித்தான். அவன் அவரைக் கேட்டான், ''ஐயா, நீங்கள் ஒரு ஞானியா?'' அந்த ஞானி சற்றுச் சிந்தனை யில் ஆழ்ந்தார். பிறகு, சொன்னார், ''நான் ஒரு ஞானி என்று நான் சொன்னால் அப்போது, நான் ஒரு ஞானி இல்லை; ஆனால், ஞானி இல்லை என்று சொன்னால் அப்போது, நான் உண்மையைச் சொல்லவில்லை.''

இவ்வாறு, ஞானி என்பவருக்குப் பல அம்சங்கள் உண்டு: துறவி; சமூகத்தின் மையம்; தாவோ வழிக்கான ஒரு முன் மாதிரி, ஒரு வழிகாட்டி; மேலும், அவர் சமகாலத்து மனிதர், பேசுகிற விஷயத்திலும் பாணியிலும்; நேரடியாகவும் அனுபவபூர்வமாகவும் பேசுபவர்; அதோடு, புத்திசாலியான, மதிநுட்பமான ஆட்சியாளர்; எனவே, செயல்களைத் தானாக, சுதந்திரமாக நடக்க விடுபவர்.

இன்னும்கூட, தனிப்பட்ட நிலையில், அவர் ஒரு பயணிகளின் வழிகாட்டி; அர்த்தமுள்ள தாவோ வழியைக் காட்டுவதோடு பயணிகளை அந்த தாவோ வழியில் சரியாக நிறுத்திவைப்பவர். இந்த விஷயம் ஞானி நேரடியாகச் சொல்வதாக வருகிற அதிகாரங்களில் தெளிவாகும். எடுத்துக்காட்டாக அதிகாரம் 20.

மேலும், அவர் தன்னை தாவோவில் மையப்படுத்திக் கொண்டு இருப்பவர்; தாவோவில் தன்னைப் பதித்துக் கொண்டு இருப்பவர்; அவ்வாறு, ஒருவர் இருக்கும்போது, அனைத்தும் சாத்தியமாகின்றன; அனைத்தும் தங்கள் இடத்தில் சரியாக அமைகின்றன. அது செயல்படாமைக்கு அழைத்துச்செல்கிறது.

### திரும்பிச்செல்வது

திரும்பிச்செல்வது என்பது இடம்-காலம் வலையில் சிக்கிக்கொள்கிற, உருவம் கொண்ட இருத்தல் நிலையிலிருந்து, பரிணாம வளர்ச்சியில் நிதானமாக அல்லது சுய முயற்சியில் விரைவாக, இடம்-காலம் வலைக்கு அப்பாற்பட்ட, உருவமற்ற இருத்தலின்மைக்குச் செல்வது.

## பின்னுரை

சீன மொழியில் எழுதப்பட்ட தாவோ தே ஜிங், சுமார் இரண்டாயிரத்து ஐநூறு ஆண்டுகளுக்கு முற்பட்டது என்றும், அதை எழுதியது லாவோ ட்சு என்றும் கூறப்படுகிறது.

சீன மொழியில் 'எழுத்து' என்பது இல்லை; ஒரு கருத்தைக் குறிக்கும் சித்திரக் குறியீடுகள்தான் உண்டு. சீன மொழியில், 'வழி' என்பதைக் குறிக்க இரண்டு சித்திரக் குறியீடுகள் இருக்கின்றன. அவற்றில் ஒன்று 'தாவோ' என்பது. 'தலை', 'போவது' என்கிற குறியீடுகள் சேர்ந்தது; 'எண்ணிய நோக்கத்திற்கு அழைத்துச்செல்கிற வழி', 'திசை', 'பரிந் துரைக்கப்படுகிற 'வழி' என்றும், 'பேசுவது', 'வழிகாட்டி', 'நடத்திச்செல்வது' என்றும் பொருள் தருவது. இந்தக் குறியீடு முதலில் நட்சத்திரங்களின் வானவெளிப் போக்கை, வழி களைக் குறிக்கப் பயன்படுத்தப்பட்டதாகத் தோன்றுகிறது.

தே என்பது, 'போவது', 'நேரான', 'இதயம்' என்ற மூன்று குறியீடுகளால் ஆனது. எனவே, மொத்தத்தில், தே என்பதற்கு 'நேர்மைக்கு உந்துதல் அல்லது ஊக்கம் தேவை', என்று பொருள் கொள்ளலாம். 'ஒரு மனிதனின் வெளிப்புறப் பாதிப்பும் ஆத்மாவின் உட்புறப் பாதிப்பும்தான் தே என்பது' என்கிறது கி.பி. இரண்டாம் நூற்றாண்டு உரை ஒன்று. தொடக்கத்தில் அதற்குத் தார்மீகச்சாயல்கள் இல்லை என்றும், ஆனால், கன்பூசியஸ் காலத்தில் அவை கலந்து விட்டன என்றும் தெரியவருகிறது. 'தே', மொழிபெயர்ப்பதற்கு மிகவும் கடினமான சொல். சக்தி, செயல், உள்ளார்ந்த ஆற்றல், உள்ளார்ந்த நேர்மை, உயிர், செயல்களை நெறிப்படுத்தும் விசை என்கிற மனசாட்சி என்றும், தரம், மனப்போக்கு, ஆளுமை, சிறப்பியல்பு, தகைமை, இயல்பு என்றும் பல வகைகளில் பலரால் மொழிபெயர்க்கப் பட்டிருக்கிறது.

காப்பியம், மறை நூல் என்பதற்கான சீன வார்த்தை ஜிங், அதன் அடிப்படை அர்த்தம், துணியில் நீட்டவாக்கில் இருக்கிற பாவு நூல்; அது நீண்டு துணி முழுவதும் நுழைந்து

செல்வது. 'அனுபவிப்பது', 'நடத்துவது'; பிறகு, பட்டுத் துணியிலான சுவடிகளை ஒன்றுசேர்த்து இணைக்கிற நூல்களையும் இந்தச் சொல் குறித்தது.

தாவோ தே ஜிங் என்றால் தாவோ மற்றும் தே பற்றிய (புனித) நூல் என்று அர்த்தம், தாவோபற்றி முப்பத்தியேழு அதிகாரங்களும், தே பற்றி முப்பத்திநான்கு அதிகாரங்களும் பொதுவான பத்து அதிகாரங்களையும் கொண்டது.

லாவோ ட்சு வைப் பற்றி நிச்சயமாகத் தெரிந்த தகவல்கள் மிகச் சிலவே.

லாவோ ட்சு, கி.மு. 571இல், குஷியன் பகுதியில், தொன்மை யான பண்பாடு உடைய ஒரு குடும்பத்தில் பிறந்தார். புகழ்பெற்ற தத்துவ ஞானி கன்பூசியஸுக்குச் சுமார் ஐம்பது ஆண்டு மூத்தவர். தலைநகரில் அரசு ஆவணக் காப்பகத்தில் காப்பாளராகப் பொறுப்பு வகித்தார். பல பேரக் குழந்தை களுடன், அனேகமாக 90 வயதுக்கு மேல் வாழ்ந்தார். அரசியல் நிலைமை மோசமானதால் பதவி விலகினார்.

லாவோ ட்சு என்பது அவருடைய சொந்தப் பெயர் அல்ல. அது ஒரு அடைமொழி: 'மூத்த மகன்' அல்லது 'மூத்தவன்' என்று பொருள்.

நிச்சயமான தகவல்கள் இவ்வளவுதான்.

அவரைப் பற்றிய கதைகளில் ஒன்று:

லாவோ ட்சு தலைமறைவாகப் போகக் கருதி, ஒரு கருத்த எருதின் முதுகில் அமர்ந்து, எல்லைப்புறத்தை நோக்கிச் சென்றார். எல்லைப்புற அதிகாரி வின் ஜீ (Win Xi), அவரை அடையாளம் கண்டுகொண்டார்; அவரிடத்தில் ஏதாவது எழுதித்தரச் சொல்லிக் கேட்டுக்கொண்டார். அதன்பேரில் 5000 சித்திர எழுத்துகளில் தாவோ தே ஜிங் எழுதிக் கொடுத்துவிட்டு மேற்கு நோக்கி எங்கோ சென்றுவிட்டார்.

லாவோ ட்சு உண்மையில் இருந்தாரா, தாவோ தே ஜிங் ஐ எழுதினாரா அல்லது தொகுத்தாரா என்கிற கேள்விகள் இந்த மொழிபெயர்ப்பின் நோக்கத்திற்கு அப்பாற் பட்டவை.

தாவோ தே ஜிங் பல மொழிகளில் மொழிபெயர்க்கப்பட்ட எண்ணிக்கையில் பைபிளுக்கு அடுத்த நிலையில் இருக்கிறது. அதற்கு இரண்டு காரணங்கள் உண்டு. ஒன்று, அதன் சுருக்கம்: இரண்டு, முக்கிய விஷயங்களை முற்றிலும் புதிய கோணத்தில் பார்த்து, சிந்தனையைத் தூண்டுகிற மாதிரி, மனத்தில் பதிகிற மாதிரி சொல்கிற மேதைமை.

இந்த மொழிபெயர்ப்பில் சில முக்கிய சீனப் பெயர்களும் சொற்களும் தவிர்க்க முடியாத நிலையில் அப்படியே பயன்படுத்தப்படுகின்றன. அவற்றின் உச்சரிப்புப்பற்றி ஒரு தகவல்:

யின், யாங், சீ மாதிரி சில தமிழ் முறையில் இருப்பவை. கன்பூசியஸ், ஜிங் மாதிரி சில, பரிச்சயமான வேறு எழுத்து களால் ஆனவை. இந்த இரண்டு வகைகளிலும் பிரச்சினை இல்லை.

தாவோ, தே மாதிரி சில தமிழ் முறையில் இருந்தாலும், உச்சரிப்பில் வேறு மாதிரியானவை. தாவோ என்பதில் வரும் 'தா'வை 'தாமோதரன்' என்கிற பெயரில் வரும் 'தா' மாதிரி உச்சரிக்க வேண்டும். 'தே' என்பதை 'தேசம்' என்பதில் வருகிற 'தே' மாதிரி ஒலிக்க வேண்டும்.

இன்னொரு முக்கிய விஷயம்: Tao Te Ching என்பது தவ் த ஜிங் என்று இருந்திருக்க வேண்டும்; ஆனால், சில மொழியியல் காரணங்களுக்காக தாவோ தே ஜிங் என்று இந்த மொழிபெயர்ப்பில் தரப்பட்டிருக்கிறது.

அதே மாதிரி, Lao Tzu என்பது லவ் ஸு என்றில்லாமல் லாவோ ட்சு என்று தரப்படுகிறது. தமிழில் பழக்கமாகி யிருக்கிற வடிவத்தில்.

வேற்று மொழியில் இருக்கிற ஒரு நூலை, மற்றொரு இடைமொழியின் வழியாக மொழிபெயர்ப்பது கடினம். அதுவும் தாவோ தே ஜிங் மாதிரி ஒரு முக்கியமான, இறுக்க மான நடையில் இருக்கிற, பல சிக்கலான முடிச்சுகள் கொண்ட ஒரு நூலை. அதிகாரங்களை அமைத்த விதத்திலும் மொழிபெயர்ப்பிலும் பதிப்புகள் குறிப்பிடத்தக்க வகையில் வேறுபடுகின்றன.

எனவே, பல மொழிபெயர்ப்புகளின் உதவி தேவைப் பட்டது. பாடபேதங்களைத் தெரிந்துகொள்வதற்கும், ஒப்பிட்டுப்பார்ப்பதற்கும். சில, ரிச்சர்ட் வில்ஹெல்ம் போலப் பழையவை (முன்னுரையின்படி 1910, ஆங்கிலப் பதிப்பின்படி 1985 என்றாலும்கூட). சில, தாமஸ் கிளியரி போல அண்மையில் வந்தவை (உரிமையின்படி 1991, பதிப்பின்படி 1993). இவற்றில் சீனரான ட்சூதா காவோ வின் மொழிபெயர்ப்பு ஒன்று. இது, 'தி புத்திஸ்ட் சொஸைடி' யின் தலைவர் கிறிஸ்மஸ் ஹம் ஃப்ரேஸ் (Christmas Humphreys), தாவோ மற்றும் ஜென் தொடர்பும் கொண்ட ஆலன் வாட்ஸ் போன்ற வல்லுநர்களின் உதவி யுடன் உருவாக்கப்பட்ட, உரைநடையும் கவிதையும் கலந்த, நம்பத்தக்க பதிப்பு என்று கருதப்படுகிறது.

எனவே, இது தற்போதைய தமிழ்ப் பதிப்புக்கு அடிப் படையாக அமைந்திருக்கிறது.

இந்த மொழிபெயர்ப்புக்குப் பயன்படுத்தப்பட்ட ஆங்கில நூல்களின் பட்டியல் முழு விவரங்களுடன் 'மொழி பெயர்ப்புக்கு உதவிய நூல்கள்' என்ற தலைப்பில் தரப் பட்டிருக்கிறது.

சில முக்கியமான சீனக் கருத்துகள் பற்றிய விளக்கங்கள் 'கலைச்சொற்கள்' என்பதில் தரப்பட்டிருக்கின்றன.

சாவோ சௌ (Chao Chou), நான் சுவான் (Nan Chuan) என்ற இரண்டு சான் (Chan) ஞானிகள் பேசிக்கொண்டார்கள்:

''தாவோ என்றால் என்ன?'' என்றார் சாவோ சௌ.

''உன் சாதாரணப் பிரக்ஞைதான்'' என்றார் நான் சுவான்.

''இணக்கத்துடன் ஒருவன் எப்படி அதற்குத் திரும்பிப் போக முடியும்?'' என்று கேட்டார் சாவோ சௌ.

''இணக்கம் என்பதை நோக்கமாகக் கொள்ளும்போதே நீ விலகிப்போகிறாய்'' என்றார் நான் சுவான்.

''நோக்கம் என்பது இல்லாமல் ஒருவன் தாவோவை எப்படித் தெரிந்துகொள்ள முடியும்?'' என்று திருப்பினார் சாவோ சௌ.

"தாவோ என்பது" என்று பதிலைத் தொடங்கினார் நான் சுவான்: "தாவோ என்பது அறிவதற்கும் அறியாததற்கும் அப்பாற்பட்டது. அறிந்துகொள்வது என்பது தவறாகப் புரிந்துகொள்வது; அறிந்துகொள்ளாமை என்பது குருட்டுத் தனமான அறியாமை. உண்மையாக நீ தாவோவைச் சந்தேகம் இல்லாமல் அறிந்துகொண்டால்..." என்று முடித்தார் நான் சுவான், "தாவோ வெற்று வானம் மாதிரி."

## மொழிபெயர்ப்புக்கு உதவிய நூல்கள்

1. Blackney, R.B. *The Way of Life*
   New York, Penguin Books USA Inc., Mentor, 1995.

   கன்பூசியஸ் முதலியவர்களைப் பற்றியும், தாவோ, தே, யின், யாங் என்று பல முக்கியச் சீனக் கருத்துகளைப் பற்றியும் மிக நீண்ட பயனுள்ள முன்னுரை கொண்டது. பக்கத்திற்கு ஒரு அதிகாரம், அதற்குக் கீழ் அவசியமான, நம்பகமான அடிக்குறிப்புகள் அமைந்த, வாசகருக்கு உதவுகிற, எளிய, ஆனால், முக்கியமான பதிப்பு.

2. Blofeld, John *Taoism*
   U.S.A., Shambala, 1985.

   தாவோயிசம் பற்றிய ஒரு வரலாற்றுப் பார்வை, தாவோயிசக் கவிதைகள், சில சிரஞ்சீவிகளின் கதைகள், தாவோயிசரசவாதம் மற்றும் யோகம் பற்றிய சில முக்கியக் குறிப்புகள் என்று பல விஷயங்கள் கொண்ட ஒரு நல்ல நூல்.

3. Chuang Tzu *The Inner Chapters*
   Translated by A.C. Graham,
   London, HarperCollins, Mandala, 1986.

   தாவோயிசத்தைக் குறித்த மிக முக்கியமான அடிப்படை நூல். சுவாங் ட்சு பெயரால் குறிக்கப்படும் தொகுதியிலிருந்து திரட்டப்பட்ட, ஆதாரபூர்வமான பதிப்பு. சுவாரஸ்யமும் ஆழமும் ஒருங்கே கொண்ட, கட்டாயம் படிக்க வேண்டிய நூல்.

4. Cleary, Thomas *The Essential Tao*
   New York, HarperSanFrancisco, 1991.

   சிறிய முன்னுரை, அதிகாரங்களின் வரிசை பற்றிய குறிப்புகளும், சீன உரையாசிரியர்களிடத்திலிருந்து எடுத்த மிகவும் முக்கியமான மேற்கோள்களும் கொண்டது; சுவாங் ட்சு என்கிற பழைய தாவோ

ஞானியின் எழுத்துகளிலிருந்து எடுத்த நீண்ட பகுதிகள் இதன் அபூர்வச் சிறப்பு.

5. Ch'u Ta-Kao *Tao Te Ching*
   London, Unwin Paperbacks, Mandala Books, 1985.

   சிறிய முன்னுரை, பொதுவாகத் தெளிவான மொழி யில். ஆனால் சில இடங்களில் அசாதாரண ஆங்கிலப் பயன்பாடுகளைக் கொண்டது. கடைசியில் சில அடிக்குறிப்புகளும் உண்டு. தமிழ் மொழிபெயர்ப்புக்கு அடிப்படையாக அமைந்த, நம்பகமான பதிப்பு.

6. Giafu Feng Jane English *Tao Te Ching*
   Hampshire, England, Wildwood House Ltd., 1984.

   அற்புதமான நிழற்படங்களும், சீன மூலமும், மிகவும் எளிய, நல்ல ஆங்கில மொழிபெயர்ப்பும் கொண்ட அழகிய, சிறந்த பதிப்பு. அடிக்கடி பார்த்தும் படித்தும் மகிழ வேண்டிய ஒன்று.

7. Karlfried, Graf von Durckheim *Hara*
   London, Unwin Paperbacks, Mandala Books, 1977.

   வயிற்றில் இருப்பதாகக் கருதப்படுகிற 'ஹர' என்கிற ஜப்பானியக் கருத்தைப் பற்றிய நூல்; இதுவும் குண்டலினி சக்தி மாதிரி ஒன்று எனலாம். ஜப்பானிய குருவிடம் உடனிருந்து கற்றுக்கொண்ட ஒரு ஜெர்மானியர் தெளிவாக எழுதியிருக்கும் புத்தகம். சுவாசப் பயிற்சி, அமர்கிற முறை, தியானம், 'ஹர'வை எப்படிப் பயன் படுத்துவது போன்றவற்றை விளக்கும் புத்தகம். லாவோ ட்சு சொல்கிற செயல்படாமை என்கிற கருத்துக்கு நிறைய விளக்கம் இருக்கிறது.

8. Lau D.C. *Tao Te Ching*
   New York, Penguin Books USA Inc., Mentor, 1983.

   லாவோ ட்சு, அவருடைய நூல், பல முக்கியமான விஷயங்கள் பற்றிய சுருக்கமான முன்னுரை, ஒவ்வொரு பக்கத்திலும் ஒரு அதிகாரம், அதன் கீழ் சில

முக்கிய அடிக்குறிப்புகள் ஆகியவற்றைக் கொண்டது. தாவோ தே ஜிங் எழுதியவர் யார் என்கிற பிரச்சினையும் நூலின் இயல்பு பற்றியும் சுருக்கமான பிற்சேர்க்கைகளும், ஒப்புமை வரிகளின் பட்டியல் ஒன்றும், சீன அரச பரம்பரை பற்றிய அட்டவணையும், சில முக்கிய நூல்கள், ஆசிரியர்கள் பற்றிய குறிப்புகளும், இறுதியில் அதிகாரங்களுக்கான அவசியமான குறிப்புகளும் கொண்ட, புலமை நிரம்பிய, நம்பகமான, வாசகருக்கு எளிதாக விளங்குகிற பதிப்பு.

9. Lin Yutang *The Wisdom of Laotse*
   New York, The Modern Library, 1948.

   மிகவும் பயன்படக்கூடிய முக்கியப் பதிப்பு. தேவையான முக்கியத் தகவல்கள் நிறைந்த முன்னுரை. விரிவான அடிக்குறிப்புகள் கொண்டது; தாவோ ஞானி சுவாங் ட்சு வின் நூலிலிருந்து சுவையான மேற்கோள் பகுதிகள் இதன் தனிச் சிறப்பு. இந்த இரண்டு விஷயங்களுக்காக அடிக்கடி படிக்க வேண்டிய, ஆனால், கிடைப்பதற்கு அரிய பதிப்பு.

10. Mair, Victor *Tao Te Ching*
    New York, Bantam Books, 1990.

    முற்றிலும் புதிய மொழிபெயர்ப்பு. சீனாவில் 1973இல் கிடைத்த பட்டுத் துணிக் கையெழுத்துப் பிரதிகளை அடிப்படையாகக் கொண்ட, எனவே, அதிகார அமைப்பு வேறுபட்ட பதிப்பு. சிறிய நூல்முகம், ஒவ்வொரு பக்கத்திலும் ஒரு அதிகாரம், இடையிடையே செதுக்கு ஓவியங்கள் சிலவும், சற்று நீண்ட குறிப்புகளும் குறிப்புரைகளும், நூல் பற்றிய மிக நீண்ட பின்னுரையும் முக்கியமான சொற்களுக்குரிய விளக்கங்களும், தாவோயிசம்– யோகா பற்றிய ஒப்பீடும், மொழிபெயர்ப்புப் பிரச்சினைகள் பற்றிய விளக்கமும் கொண்டது; கூடுதலாக, யோகா– தாவோயிசம் பற்றிய ஏழு பக்கப் பிற்சேர்க்கையைக் கொண்ட மிகவும் பயனுள்ள பதிப்பு.

11. Waley, Arthur *Tao Te Ching*
    Hertfordshire, Wordsworth Editions Ltd.,
    Wordsworth Classics, 1997.

    ராபர்ட் வில்கின்சன் எழுதிய சுருக்கமான முன்னுரை; ஒவ்வொரு பக்கத்திலும் ஒரு அதிகாரமும் கீழே அடிக் குறிப்பும், கடைசியில் சில முக்கியமான அதிகாரக் குறிப்புகளும் உடையது. வேலியின் அதிகாரங்களுக் கான பொழிப்புரையும், மொழியியல் தகவல்களும் நீக்கப்பட்ட மாணவர் பதிப்பு; என்றாலும், மிகவும் முக்கியமானது.

12. Watts, Alan *Tao: The Watercourse Way*
    U.K., Penguin Books, 1979.

    அலன் வாட்ஸ் எழுதிய எந்தப் புத்தகமும் முக்கிய மானதுதான். இந்தப் புத்தகத்தில் சீன எழுத்து, மொழி, யின்-யாங் எதிரிடை, தாவோ, செயல்படாமை, தே பற்றிய நீண்ட விளக்கங்கள் உள்ளன. நிச்சயம் படிக்க வேண்டிய புத்தகம்.

13. Wilhelm, Richard *I Ching*
    London, Routledge Kegan Paul, 1970.

    சிறிய முன்னுரை; அறுகோட்டு வடிவங்கள் 64இல் ஒவ்வொன்றுக்கும் விளக்கம், தீர்வு, படிமம், வரிகள் என்கிற பிரிவுகளில் விளக்கம்; தொடர்ந்து, பல பிரச்சினைகளுக்கான பதில்கள் கொண்ட நீண்ட பகுதி, பழைய உரைகளுக்கான நீண்ட விளக்கம் ஆகியவற்றைக் கொண்டது. கடைசியாக, கேள்விக் கான பதில் அறிகிற இரண்டு முறைகள் பற்றிய விவரங்கள். சுமார் 3000 ஆண்டுகளாக முக்கியப் பாதிப்பாக இருந்துவருகிற இ ஜிங் ஒரு ஞான நூல்; என்றாலும், ஜோதிடத்திற்காகவே பிரபலமாகியிருக் கிறது. இருத்தல் அனைத்திற்கும் அடிப்படையான இடையறாத மாற்றம் மற்றும் உருமாற்றம் பற்றிய ஆதார மொழிபெயர்ப்பு.

14. Wilhelm, Richard *The Secret of the Golden Flower*
    London, Routledge Kegan Paul, 1975.

    *தாவோயிச யோகத்தில் மிக முக்கிய அங்கம் பெறுகிற இரண்டு நூல்களின் மொழிபெயர்ப்பும், தெளிவான, எளிய விளக்கங்களும் கொண்டது. மற்றொரு பெருமை, புகழ் வாய்ந்த உளவியல் அறிஞர் கார்ல் யூங் அளித்திருக்கிற ஒரு குறிப்புரையும் 'மண்டலா' படங்களும். குண்டலினி யோகத்தில் ஆர்வமுடைய வர்களுக்கான ஒரு புத்தகம்.*

15. Wilhelm, Richard *Tao Te Ching*
    London, Penguin Group, ARKANA, 1990.

    *முக்கியமான பதிப்புகளில் ஒன்று, நீண்ட முன்னுரையும், தாவோ, தாவோவை அடைவது, புலக்காட்சி உலகம், லாவோட்சுவுக்குப் பின் தாவோயிசம், நாடு, சமூகம் என்று தத்துவார்த்தமான விளக்கங்களும், அதிகாரம் பற்றிய முக்கியக் குறிப்புகளும், நூல் பட்டியலும் கொண்டது.*